மலை மாளிகை

கிழக்கு பதிப்பக வெளியீடுகளாக சுஜாதாவின் புத்தகங்கள்

மீண்டும் ஜீனோ
நிறமற்ற வானவில்
நில்லுங்கள் ராஜாவே
தீண்டும் இன்பம்
ஆஸ்டின் இல்லம்
அனிதாவின் காதல்கள்
நைலான் கயிறு
24 ரூபாய் தீவு
அனிதா இளம் மனைவி
கொலை அரங்கம்
கமிஷனருக்கு கடிதம்
அப்ஸரா
பாரதி இருந்த வீடு
மெரீனா
ஆர்யபட்டா
என் இனிய இயந்திரா
காயத்ரி
ப்ரியா
தங்க முடிச்சு
எதையும் ஒருமுறை
ஊஞ்சல்
ஓரிரவில் ஒரு ரயிலில்
மீண்டும் ஒரு குற்றம்
விக்ரம்
ஆ..!
நில், கவனி, தாக்கு!
வாய்மையே சில சமயம் வெல்லும்
வசந்த காலக் குற்றங்கள்
சிவந்த கைகள்
ஒரே ஒரு துரோகம்
இன்னும் ஒரு பெண்
6961
ஜோதி
மாயா
ரோஜா
ஓடாதே
மேற்கே ஒரு குற்றம்
விபரீதக் கோட்பாடு
ஐந்தாவது அத்தியாயம்
மலை மாளிகை
விடிவதற்குள் வா
மூன்று நாள் சொர்க்கம்
பத்து செகண்ட் முத்தம்
கம்ப்யூட்டர் கிராமம்
இளமையில் கொல்
மேகத்தை துரத்தியவன்
ஒரு நடுப்பகல் மரணம்
நகரம்
இதன் பெயரும் கொலை
மண்மகன்
தப்பித்தால் தப்பில்லை
விழுந்த நட்சத்திரம்
முதல் நாடகம்
ஆட்டக்காரன்
ஜன்னல் மலர்
என்றாவது ஒரு நாள்
வைரங்கள்
மேலும் ஒரு குற்றம்
சொர்க்கத் தீவு
கனவுத் தொழிற்சாலை
ஆயிரத்தில் இருவர்
பதினாலு நாட்கள்
உள்ளம் துறந்தவன்
பிரிவோம் சந்திப்போம்
கரையெல்லாம் செண்பகப்பூ
இரண்டாவது காதல் கதை
நிர்வாண நகரம்
குருபிரசாதின் கடைசி தினம்
இருள் வரும் நேரம்
திசை கண்டேன் வான் கண்டேன்
ஆழ்வார்கள் - ஓர் எளிய அறிமுகம்
தேடாதே
விருப்பமில்லாத் திருப்பங்கள்
கை
விரும்பிச் சொன்ன பொய்கள்
ஆதலினால் காதல் செய்வீர்
நூற்றாண்டின் இறுதியில் சில சிந்தனைகள்
அப்பா, அன்புள்ள அப்பா
மிஸ். தமிழ்த்தாயே, நமஸ்காரம்!
சிறு சிறுகதைகள்
வாரம் ஒரு பாசுரம்
வானத்தில் ஒரு மௌனத்தாரகை
கடவுள் வந்திருந்தார்
அனுமதி
ஓலைப் பட்டாசு
சேகர், சிங்கமய்யங்கார் பேரன்
கம்ப்யூட்டரே ஒரு கதை சொல்லு
டாக்டர் நரேந்திரனின் வினோத வழக்கு
நிஜத்தைத் தேடி
பாதி ராஜ்யம்
சில வித்தியாசங்கள்
21ம் விளிம்பு
சின்னச் சின்னக் கட்டுரைகள்
ஜீனோம்
கற்பனைக்கும் அப்பால்
மனைவி கிடைத்தாள்
மத்யமர்
ஓரிரு எண்ணங்கள்
ரயில் புன்னகை
தோரணத்து மாவிலைகள்
விவாதங்கள் விமர்சனங்கள்

மலை மாளிகை

சுஜாதா

கிழக்கு

மலை மாளிகை
Malai Maaligai
by Sujatha
Sujatha Rangarajan ©
First Edition: September 2010
48 Pages
Printed in India.

ISBN 978-81-8493-528-8
Kizhakku - 531

Kizhakku Pathippagam
177/103, First Floor,
Ambal's Building, Lloyds Road,
Royapettah, Chennai 600 014.
Ph: +91-44-4200-9603

Email : support@nhm.in
Website : www.nhm.in

Kizhakku, An imprint of New Horizon Media Pvt. Ltd.

All rights relating to this work rest with the copyright holder. Except for reviews and quotations, use or republication of any part of this work is prohibited under the copyright act, without the prior written permission of the publisher of this book.

Cover Image : Shutterstock ©

Kizhakku Pathippagam is an imprint of New Horizon Media Private Limited

This book is sold subject to the condition that it shall not, by way of trade or otherwise, be lent, resold, hired out, or otherwise circulated without the publisher's prior written consent in any form of binding or cover other than that in which it is published and without a similar condition including this the rights under copyright reserved above, no part of this publication may be reproduced, stored in or introduced into a retrieval system, or transmitted in any form or by any means (electronic, mechanical, photocopying, recording or otherwise), without the prior written permission of both the copyright owner and the above-mentioned publisher of this book.

கணேஷ் பாதியில் நிறுத்திவிட்டான். 'சம்திங் ராங்!' என்று அவன் மனத்துள் ஓர் எச்சரிக்கை ஒலித்தது. மிக அருகே வந்து விட்டான். செல்வரங்கம் அவன் பேசியது எதையும் கேட்டவராகத் தோன்ற வில்லை. அந்தப் பார்வை விலகவே இல்லை. மேலும் அவர் மூக்கு வழியாக ஓர் எறும்பு உள்ளே நுழைந்து கொண்டிருக்க, வாயோரத்தில் பழுப்பாக ஒரு திரவம் கசிந்துகொண்டிருந்தது.

முன்னுரை

விகடன் திரு. பாலசுப்பிரமணியன் அவர்களுடன் என் நட்பு கதாசிரியன், பத்திரிகை ஆசிரியர் உறவுகளுக்கு மேற்பட்டது. எழுத்தாளனுக்கு ஊற்றெடுக்க இடைவெளியும் ஓய்வும் தேவை என்பதை முழுவதும் அறிந்தவர். ஒரு தொடர்கதை எழுதி முடித்த வுடன், 'கொஞ்சம் ரெஸ்ட் எடுத்துக் கொள்ளுங்கள். எப்போது மறுபடி எழுதவேண்டும் என்று தோன்றுகிறதோ அப்போது தொடர்பு கொள்ளுங்கள். அடுத்த கதையைத் திட்டமிடலாம்' என்பார். ஒவ்வொரு முறையும் எழுதுமுன் அதன் கதைச் சுருக்கம் கேட்பார். நல்ல யோசனைகள் தருவார். கதை வாராவாரம் வெளிவரும்போது உன்னிப்பாகப் படித்து பெயர்க் குழப்பம், இடக் குழப்பம் இருந்தால் உடனடியாக போன் செய்து என்னிடம் கேட்டு விட்டுத் திருத்துவார். இதனால்தான் அவரைத் தமிழ்நாட்டின் மிகச் சிறந்த பத்திரிகை ஆசிரியர்களுள் ஒருவராகச் சொல்வேன்.

பாலன் அவர்களின் மாப்பிள்ளை கொடைக்கானலில் ஒரு ரிசார்ட் தொடங்கியபோது என்னையும் மனைவியையும் வந்து தங்கச் சொன்னார். அந்த இன்பமான லேசான குளிர் நாட்களில் ஒரு கதைக்கான கரு தோன்றியது. அதைக் குறு நாவலாக எழுதி அனுப்பினேன். அதுதான் 'மலை மாளிகை'.

பிப்ரவரி 2005

சுஜாதா

மலை மாளிகை

மதுரையை போயிங் தொட்டபோது கணேஷ் கைக் கடிகாரத்தைப் பார்த்து 'அரை மணிதான் லேட்' என்றான்.

'போன தடவை டில்லிலேந்து வர்றப்ப அரை அரை மணியா தவணை முறையில அறிவிப்பு செய்து பின்னால கிளம்பினாங்க' என்றான் வஸந்த்.

படிக்கட்டு அமைத்ததும் இறங்கிப் பெட்டிகளைச் சேகரிக்க விமான நிலையத்தருகில் குதிரை லாயம் போல் இருந்த ஆஸ்பெஸ்டாஸ் கொட்டடிக்கு வந்தார்கள். 'யாராவது வரவேற்க வந்திருக்காங்களா பாரு, வஸந்த்.'

வஸந்த் சிகரெட் பற்றவைத்துக்கொண்டு வெளியே வந்தான். மூன்று டாக்ஸிகளும் ஒரு பாண்டியனும் காத்திருந்தன. டப்பா கட்டிய டாக்ஸிக்காரர், 'எங்கிட்டுப் போவணுங்க? மதுரை போயிருவமா?' என்றார்.

'கொடைக்கானல் செல்வரங்கம் அனுப்பிச்சாரா உங்களை?' என்று வஸந்த் கேட்க, 'இல்லீங்க. நான் உள்ளூரு. கொடைக்கானல்லேருந்து யாரும் வரலை. நாம போயிருவம் வாங்க... முந்நூறு ரூவாதேன்!'

‘பாஸ். யாரும் வரலை’ என்று கணேஷின் அருகில் சென்றான் வஸந்த்.

‘கண்ணைத் திறந்து பாரு’ - கணேஷ் காட்டினான். எதிரே ஒருவர் மார்பு முழுதும் மறைக்கும்படியாக ‘Ganesh - Vasanth Flt No. 501’ என்று அட்டையில் அவசரமாக எழுதியதைப் பிடித்துக் கொண்டு நின்றார். அருகே ஆரஞ்சு நாய்க் குட்டிபோல் ஒரு வண்டியில் Paradise Inn என்று எழுதியிருந்தது.

‘அட. இதைப் பார்க்காம விட்டேனா!’

‘பொம்பளை இல்லை பாரு!’

இருவரும் அருகே செல்ல, ‘அட்டைக்காரரே! நாங்கதான் கணேஷ் - வஸந்த்!’

அந்த ஆள் கணேஷிடம் ஒரு கடிதத்தைக் கொடுத்தார்.

அன்புள்ள கணேஷ்!

விமான நிலையத்துக்கு வர இயலாததற்கு மன்னிக்கவும். மலை மாளிகையில் சந்திக்கலாம்.

நான் கேட்டது இரண்டும் கொண்டு வந்தீரா?

அந்த வேனில் ஏறி உட்கார்ந்து அது கிளம்பியபோது, ‘இந்த வண்டியை செல்வரங்கம் அனுப்பிச்சாரா?’ என்றான் கணேஷ். ‘இல்லீங்க இது ஒட்டல்ல அனுப்பிச்சாங்க. அங்கேதான் ரூம் போட்டிருக்கு உங்களுக்கு!’

‘செல்வரங்கம் வீடு உங்களுக்குத் தெரியுமா?’

‘மலை மாளிகைன்னு தெரியும். ஆனா, உள்ளே போனதில்லை.’

வேன் கிளம்ப ‘நேரா போயிடலாங்களா, இல்லை நடுவில் முனியாண்டி விலாஸ்ல நிப்பாட்டி டீ சாப்பிடுவமா?’

‘டீயா! யோவ், பசி குலையைப் பிடுங்குது! சாப்பாடு எங்க சாப் பிடலாம் சொல்லு. இல்லை, உன்னையே விழுங்கிடுவேன்.’

‘வத்தலக்குண்டுல சாப்பாடு சுமாரா இருக்குங்க!’

ஏறத்தாழ ஒரு கிலோமீட்டருக்கு அவர்களுடன் தொடர்ந்த பாத்திமா கல்லூரி வளாகச் சுவர், ஏசு பிரானைப் பேசியது.

சமயநல்லூர் ஸ்டேஷன் தாண்டியதும் மதுரையைத் தவிர்த்து நெடுஞ்சாலையில் சற்று நேரம் மௌனமாகச் சென்றார்கள். 'வத்தலக்குண்டு எத்தனை தூரம்?'

'இந்தா வந்திருங்க.'

'ராஜமையர் ஊர்' என்றான் கணேஷ். வஸந்த் அவனைப் புருவத்தால் வினவ, 'கமலாம்பாள் சரித்திரம்... ராஜமையர்' என்றான்.

'பாஸ்... வர வர உங்களுக்கு எந்தச் சந்தர்ப்பத்தில் என்ன பேசறதுனு தெரியறதில்லை. அதுவும் பசி வேளை! டிரைவர், கொஞ்சம் நிறுத்துங்க. பலாச் சுளை வாங்கிருவோம்.'

நெடுஞ்சாலையை விட்டு விலகி இப்போது வேன் மலைப் பாதையை நோக்கி விரைந்தது. 'பாஸ்! நமக்கு செல்வரங்கத்தை எப்படித் தெரியும்?'

'ஒரு முறை எஸ்டேட் டியூட்டி கேஸ் ஒண்ணு செய்தமே ஞாபகமில்லை?'

'ஆ! அச்சாச்சா! பதினைந்து லட்சத்துக்கு ரிலீஃப் வாங்கிக் கொடுத்தோம்... ஆமா. இது என்ன ரெண்டு விஷயம் கேட்டிருக்கார்?' என்று டிரைவர் கொடுத்த கடிதத்தைக் காட்டிக் கேட்டான்

'ஒரு புத்தகம். ஒரு டாக்டர்... அதுவும் ஈ.என்.டி. டாக்டர் கேட்டிருந்தார்!'

'வயசான காலத்தில காது டமாரமா?'

'டாக்டர் ராமமூர்த்தி வர்றதாத்தான் இருந்தார். கடைசி நிமிஷத்தில் அமெரிக்கா போயிட்டார். புத்தகம் கிடைச்சுது...'

'எதுக்குப் போறோம்?'

'வஸந்த்! எனக்கு ஒரு வாரம் ரெஸ்ட் தேவைப்படுது. அந்த மலை மாளிகையைப் பாத்தா பிரமிச்சுப் போயிடுவ!'

'செல்வரங்கத்துக்கு டாட்டர் யாராவது உண்டா? அல்லது அலை அலையா தலைவாரிக்கிட்டு ஒரு இளம் மனைவி?'

'ஸாரி! தனி ஆள்!'

'நாசமாப் போச்சு... ஒரு வாரம் புல்லு, பூண்டு, மலை, மரம், மட்டையா!'

'பலாப் பழம்... தேன்... யூகலிப்டஸ்... கோல்ஃப்!'

'எல்லாம் சரிதான் பாஸ்... ஒரு பெண் இல்லேன்னா எப்படி வண்டி ஓடும்?

உண்ணாமல் இருக்கலாம். வேறு எதுவும்

பண்ணாமல் இருக்கலாம்... ஆனால் ஒரு

பெண்ணோடு சல்லாபம்?'

'ஷட் அப்!'

வஸந்த் அந்தப் புத்தகத்தின் தலைப்பைப் பார்த்தான். 'Blood Cells Rheology and Aging' சரிதான். மாமா கடுமையான ஸ்காலர் போல! என்ன வயசு இருக்கும்?'

'நிச்சயம் எழுபதாவது இருக்கும்.'

'டிரைவர், கொஞ்சம் நிறுத்துங்க!'

'என்னடா?'

'பாருங்க பாஸ், ஜிப்ஸி மேல ஒரு ஸோன்பப்டி!'

அந்தப் பெண், மாருதி ஜீப்பின் முன் பகுதியில் உட்கார்ந்தபடி கையை ஊன்றிக்கொண்டு காலாட்டிக் கொண்டிருந்தாள். வஸந்த் குதித்து இறங்கி, 'ஹாய்! ஏதாவது பிரச்னையா?'

அந்தப் பெண் அவனை நிமிர்ந்து கண் கொட்டாமல் பார்த்தாள். அவள் புன்னகையில் கேலி இருந்தது. முடிக் கற்றைகளை வெட்டிச் சேகரித்துப் பின்பக்கம் அனுப்பியிருந்தாள். திருத்தப் பட்ட புருவம் வில்லாக இருக்க, உதட்டில் கரு ரத்தச் சாயம். முகத்தில் ஈர மேக்கப். நகையில்லாத கழுத்து. கையில்லாத சட்டை. கற்சலவை ஜீன்ஸ்.

'என் பேரு வஸந்த். உங்களை நான் ஒரு டான்ஸ்ல பார்த்திருக் கேன்.'

'வஸந்த். வாடா! வந்துரு.'

‘ஏதாவது உதவி தேவையா! லிஃப்ட் வேணுமா... பசிக்கிறதா? பலாச் சுளை தரட்டுமா? தேன் தடவலாமா? சோடா வேணுமா? காலார நடக்கணுமா? கவிதை வெச்சுக்குவமா? தாகமா? என்னன்னு சொல்லுங்க!’

அந்தப் பெண் மாறாமல் வஸந்தையே பார்த்துக் கொண்டிருக்க, அவன் குதித்து ஏறி அவள் அருகில் உட்கார்ந்தான்.

‘வஸந்த், நீ இப்ப வரப் போறியா, நான் போயிரட்டுமா?’

‘ஒன் மினிட் பாஸ்!’ என்றவன் அவளிடம் ‘என்ன பேசவே மாட்டீங்களா?’ என்றபடி அவள் கையைப் பற்ற, அந்தப் பெண் திடீர் சீற்றத்துடன் வஸந்தின் தாடையில் அடித்துக் குதித்து இறங்கி, ஜீப்பைக் கிளப்பிக்கொண்டு புறப்பட்டு விட்டாள்.

அவள் விட்டுச் சென்ற புழுதி மேகம் அடங்கியதும் வஸந்த் தன் கன்னத்தைத் தடவிக்கொண்டு வந்தான். ‘பாஸ்... என்னால நம்பவே முடியலே... என் குறுகிய வாழ்நாள்லே எந்தப் பெண்ணும் இந்த மாதிரி ஆம்பளை அறை அறைஞ்சதில்லை...’ வஸந்த் மறுபடி வேனில் வந்து ஏறிக்கொண்டான்.

‘நல்லா வேணும். ஆரம்பத்துலேயே வம்பா!’

‘எங்க போறா... கொடைக்கானல்ல வெச்சுப் பிடிச்சு, அறைஞ்ச அதே கை மன்னிப்புக் கேட்டு என் கன்னத்தைத் தடவிக் கொடுக்க வெக்கலேன்னா எம் பேரு வஸந்த் இல்லை. என்ன டிரைவர்?’

‘என் பேர் ஜக்காரியாங்க!’

‘கணேஷ் புன்னகைத்தான். பாதை மலைப் பகுதியை விரும்பி உயர உயர, இடது பக்கம் அதல பாதாளம் வளர்ந்துகொண்டே வந்தது. மஞ்சள் ஆறு அணைக்கட்டும் ஏரியும் கடந்து சற்று தூரம் சென்றதும் மலை இடுக்கில் ஒளிந்துகொண்டிருந்த அருவி தெரிந்தது. வெள்ளை ரேகை போல, வகிடு போல, சத்தமற்ற உறைந்த சலனமாகத் தூரத்தில் தெரிந்தது. காடு அவர்களைச் சூழ்ந்துகொண்டு பத்திரப்படுத்த விரும்பியது. காற்றில் குளிரும், பகலில் பச்சையாக இருட்டும், பூச்சிகளின் ரொய்ய் சத்தமும் காதில் அடைப்பும் கிடைக்க, மறுபடி அந்தப் பெண்ணைப் பார்த்தார்கள்.

முன் மாதிரியே மாருதியை நிறுத்தி தன் பானெட்டில் வீற்றுக் காலாட்டிக் கொண்டிருந்தாள்.

'டிரைவர் நிறுத்துங்க!'

'வேற வேலை இல்லை! வேண்டாம் டிரைவர். நீங்க போங்க!'

அவளைக் கடக்கும்போது அந்தப் பெண் வஸந்த்தையே பார்த்தாள். முகத்தில் அதே கேலி.

'ரொம்ப அழகா இருக்கா பாஸ். ப்ரா போடாமயே இந்தச் செழிப் புன்னா!'

'வஸந்த், எப்படிரா ஒரு நிமிஷத்தில உள்ளாடை வரை போயிடுறே?'

'குதிச்சுதே, பார்க்கலை... என்ன பாஸ் உலகத்திலேயே மிக அழகான காட்சிங்கள்ல ஒண்ணு, ஒரு பொண்ணு பானட்லேருந்து குதிக்கிறது. அதுவும் ப்ரா போடாம!'

'முன் ஒரு ஜன்மத்தில் வாத்ஸ்யாயனராடா நீ!'

'பாரடைஸ் இன்' ஹோட்டல் சந்தடியிலிருந்து தள்ளியிருந்தது. மலைப் பகுதியில் விள்ளலாக வெட்டப்பட்ட இடத்தில் எது தரை மட்டம், எது முதல் மாடி என்று சொல்ல இயலாதவாறு நவீனமான கட்டடம் அருகே இலவச இணைப்பாக ஓர் அருவி. சீசன் சமயமானதால் லவுஞ்சில் புதிதாகக் கல்யாணமானவர்கள் நிறைந்திருந்தார்கள். வஸந்த்தும் கணேஷும் அறைக்குப் போய்ச் சேர்ந்ததும் போன் வந்திருப்பதாகச் சொன்னார்கள். 'வஸந்த் போய் விசாரி! செல்வரங்கமாத்தான் இருக்கும்.'

வஸந்த் ரிசப்ஷனுக்கு வந்து போனை எடுத்து 'ஹலோ, வஸந்த் ஸ்பீக்கிங்!'

'செல்வரங்கம் பேசறேன். கணேஷ் வரலையா?'

'வந்திருக்காரு.'

'கணேஷைக் கூப்பிடு.'

'ஏன், எங்கிட்ட சொல்லாமே! என்ன மெஸேஜ்?'

'புத்தகம் கொண்டாந்திங்களா?'

'கொண்டாந்தோம்.'

‘சரி, கணேஷ் வந்ததும் பேசச் சொல்லு. மூணு ரெண்டு மூணு.’

வஸந்த் டெலிபோனை வைத்துவிட்டு, ‘தாங்க்ஸ், ரூம்ல டெலிபோன் கிடையாதுங்களா?’

‘இப்பதான் இந்த சீசன்தான் திறந்திருக்கோம்’ என்றாள் அந்தப் பெண்!

‘அப்போ எல்லாமே ஃப்ரெஷ்... சபாஷ்... உங்களை அப்புறம் கவனிச்... ஸாரி, சந்திக்கறேன்.’

வஸந்த் திரும்ப வந்தபோது கணேஷ் ஜன்னலைத் திறந்து வெளியே பார்த்துக்கொண்டிருந்தான். ‘யார்றா?’

‘செல்வரங்கம்! ரம்பத்துக்கு ஜலதோஷம் பிடிச்ச மாதிரி குரல். நீங்கதான் வேணுமாம். புத்தகம் கொண்டு வந்தீங்களானு கேட்டார்.’ - வஸந்த் டிவியைத் தட்ட புதிய பறவை ‘பார்த்த ஞாபகமில்லையோ’ என்றது. ‘இல்லையே’ என்று அதே மெட்டில் பாடிவிட்டு அணைத்தான்.

‘எப்ப அவர் வீட்டுக்கு வர்றதுன்னு சொல்லலையா?’

‘இல்லை. டெலிபோன் நம்பர் ஒண்ணு கொடுத்தார்... த்ரீ டு த்ரீ. மொத்தமே இந்த ஊர்ல பத்து டெலிபோன்தான் இருக்கும் போல!’

வஸந்த், கணேஷ் அருகில் வந்து நிற்க, ‘அதான் அவர் வீடு. மலை மாளிகை!’

பசுமைக்கு நடுவில் சந்தன நிறத்தில் மாலைச் சூரியன் முலாம் பூச, தனிப்பட்ட ஒரு வீடு மலைச் சரிவில் தெரிந்தது. அதன் ஒரு பகுதி மலை முகட்டின் பிரமிப்பில் செருகியிருக்க, மேகம் ஒன்று அருகே வந்து விசாரித்துக்கொண்டிருந்தது.

‘ரொம்பத் தனிமையான இடம் போல இருக்கே!’

‘ஆமாம்’ என்றான் கணேஷ் கண்களை எடுக்காமல்.

‘போய்ப் பார்த்தே ஆகணும்.’

கணேஷ் மௌனமாக இருக்க, ‘அதுக்கு முன்னாடி அந்த ஜிப்ஸி பொண்ணு கிடைக்காம போயிருவாளா!’

'கிடைச்சா தக்க சன்மானம்!'

'எப்படிச் சொல்றீங்க?'

'இதைப் பாரு...' கணேஷ் ஓட்டல் அறைப் படுக்கை மேலிருந்த தினமணி இதழை எடுத்துக் காட்டினான்.

> 'மே 7-லிருந்து இந்தப் பெண்ணை மதுரையிலிருந்து காண வில்லை. தகவல் கொடுப்பவர்களுக்குத் தக்க சன்மானம் உண்டு. கீழ்க்காணும் விலாசத்துக்கு எழுதவும். தாமோதர், தெற்கு ஆவணி மூல வீதி, மதுரை.

போட்டோவும் பிரசுரமாகியிருந்தது.

'இவதானே?'

'இவதான் பாஸ்!'

'ஜிப்ஸி நம்பர் நோட் பண்ணியா?'

'டிடிஎஸ் 7677 பாஸ். சத்தாய்க்காதீங்க. பெண்ணையும் பார்ப் பேன். எண்ணையும் பார்ப்பேன்!'

அப்போது அறைக் கதவு தட்டப்பட, திறந்ததில் ஒரு பையன் 'வெந்நீர் வேணுங்களா?' என்றான்.

'இந்த வேளையிலா?'

'ராத்திரில குளிருங்க!'

'குளிருக்கு வெந்நீர் உபயோகப்படுத்தறதில்லேப்பா நானு.'

கணேஷ் குறுக்கிட்டு, 'ரெண்டு டீ கொண்டு வாப்பா!' என்றான்.

'நான் ராத்திரி ஒரு பிராந்தி அடிச்சாகணும். ஜலதோஷம்.'

கணேஷ் அந்தப் புத்தகத்தைப் புரட்டினான்.

Since gerontology is an inter-disciplinary subject, numerous experts represent their up-to-date results related to aging.

323 என்ற அந்த டெலிபோன் எண்ணுக்கு கணேஷ் போன் செய் தான். அடித்துக்கொண்டே இருந்ததே தவிர யாரும் எடுக்க

வில்லை. ‘சாயங்காலம் அங்கே நேரா போய் செல்வரங்கத்தைப் பார்த்துடலாம் வஸந்த்!’

‘அப்ப தீர்மானமா எப்ப அந்தப் பெண்ணைத் தேடறது?’

‘முதல்ல செல்வரங்கம்... அப்புறம் உன்னை அவுத்து விட்டுட றேன்.’

‘பாஸ். ஒரு பாட்டம் கால்ஃப் ஆடணும் எனக்கு. பிரமாதமா ஒரு கால்ஃப் மைதானம் உண்டு இங்கே. வர்றீங்களா?’

‘சோலார் டெலஸ்கோப், குறிஞ்சி மலர் ரெண்டுலதான் எனக்கு ஈடுபாடு!’

‘வாட் இஸ் குறிஞ்சி?’

‘தெரியாதா! பன்னிரண்டு வருஷத்துக்கு ஒரு முறை பூக்கற பூடா!’

‘ஓ அச்சாச்சா! எனக்குத் தினம் பூக்கற பூ மேலதான் இஷ்டம்! ‘காலை அரும்பிப் பகலெல்லாம் போதாக மாலை மலரும் இந்நோய்’னு வள்ளுவப் பெருந்தகை சொன்னாப்பல.’

சாயங்காலம் குளிர ஆரம்பித்திருந்தது. கணேஷ் ஸ்வெட்டர் போட்டுக்கொண்டான். வஸந்த் இதெல்லாம் ஒரு குளிரா என்று பனியன் இல்லாத திறந்த பட்டன் சட்டையுடன்தான் கிளம்பி னான். கணேஷ் அந்தப் புத்தகத்தை எடுத்துக்கொண்டான். மெது வாக உயரும் சாலை விளிம்பில் நடப்பது பத்திரக் குறைவாக இருந்தது. கார்களும், மட்டடார், ஸ்டாண்டர்டு வேன்களும், பஸ்களும் நிறையப் புழங்கின. கீழே ஏரியின் சலனத்தை ஹனிமூன் படகுகள் கலக்கிக்கொண்டிருந்தன. வஸந்த் ஒரு ஷேக் வாங்கி அட்டைப் பெட்டியை ஸ்ட்ராவால் குத்தி உறிஞ்சிக் கொண்டே வந்தான். சாலை ஓரத்தில் கம்பளி சமாசாரங்கள் விற்றுக்கொண்டிருந்த ‘இந்தத் திபெத்துப் பொண்ணுங் களுக்காகவாவது ஒரு ஸ்வெட்டர் வாங்கலாம் பாஸ்! சரிதானா?’

‘சத்தர்’ என்று பத்து விரல்களைப் பலமுறை விரித்துக் காட்டியது அந்தச் சப்பை மூஞ்சிப் பெண்.

‘ஒரு குறிப்பிட்ட வயது வந்துட்டா எந்தத் தேசத்துப் பெண்ணும் அழகாத்தான் இருக்கா பாஸ், சத்தர்னா எத்தர்?’

'எழுபதுடா.'

'பகல் கொள்ளை. இருந்தாலும் கொள்ளையடிக்கற குட்டி ஒரு டபுள் ஓகே! அதனால குடுக்கலாம் பாஸ். திபெத்திய பாஷை தெரியுமா உங்களுக்கு?'

'பக்கத்துல தம் அடிச்சுக்கிட்டிருக்கான் பாரு காதலன், அவனுக்குத் தெரியும்.'

'சே, அண்ணன் பாஸ் அது. அதே மூஞ்சி பாருங்க.'

'எல்லாருக்குமே அதே மூஞ்சி!'

மெள்ள மெள்ள அவர்கள் இயல்பாக மலை மாளிகையை நோக்கி நடந்து சென்றார்கள். தூரத்தில் டெலிவிஷன் டவர் தெரிந்தது. காற்றில் இப்போது குளிர், கத்தி போல் குத்தியது. மேகங்கள் ஒற்றுமையாக வானத்தை மறைக்க, அவர்கள் நகரத்தை விட்டு விலகி, தனியான பாதையில் செல்லும்போது வஸந்துக்கு மூச்சு இரைத்தது.

'டப்பா டப்பாவா சிகரெட் குடிச்சா இப்படித்தான்' என்றான் கணேஷ்.

'நீங்க இப்ப விட்டுட்டதாப் பேரா?'

'ஆமாம். ஒரு நாளைக்கு ஒண்ணோ ரெண்டோ!'

'அதுதான் ஏமாற்று வேலை. சிகரெட்டைப் பொருத்தவரை எல்லாமே பைனரி. நாலு சிகரெட் குடிக்கறதுக்கும் நாற்பது குடிக்கிறதுக்கும் அர்த்தம் ஒண்ணுதான். பழக்கம் விடலேன்னு அர்த்தம். பாஸ், இது என்ன இடம்?'

வாசல் கேட்டில், 'மலை மாளிகை' என்று மரப் பலகையில் எழுதி இருபது வருஷம் ஆகியிருக்கவேண்டும். கேட் பூட்டியிருந்தது. கம்பி இடைவெளிகளில் சாலை பயங்கரமாக உயர்ந்து ஒரு கொண்டை ஊசி வளைவு எடுத்து மறுபடி உயர்ந்து மலை மாளிகைக்கு அவசரமாகக் கொண்டுசெல்வது தெரிந்தது. 'பூட்டியிருக்கே! ஹலோ! ஹலோ!' வஸந்த் கதவைச் சத்தம் செய்தான். பதிலுக்கு ஒரு சில பறவைகள்தான் குரல் கொடுத்தன. அந்த இடத்து அமைதியில் ஒரு கனம் இருந்தது.

'ஆனா, வீட்டுல விளக்கு எரியது!'

‘வாசல்ல பாரு ஷெட்டுக்குப் பக்கத்தில!’ வஸந்த், ‘ஜிப்ஸி, மாருதி!’

‘அதே கலரா?’

‘ஆமாம்!’

‘நம்பர்?’

‘தெரியலை!’

‘பார்த்துடலாமா?’

‘எப்படி?’

‘ஏறிக் குதிக்கறது. அதில நீதான் எக்ஸ்பர்ட் ஆச்சே!’

வஸந்த் கணேஷை முறைத்து, ‘சில சந்தர்ப்பங்கள்ல என்னைத் திருடன் மாதிரி ட்ரீட் பண்றீங்க! ஏறிக் குதிக்கவேண்டிய அவசியம் இல்லை!’ வஸந்த் அருகில் தேடி ஒரு பாறாங்கல்லை எடுத்து அந்தப் பூட்டை நாலு அடி அடித்தான். அது வாயைப் பிளந்து கொள்ள, கேட்டைத் திறந்தார்கள். அது எண்ணெய் இல்லாமல் ‘ழீய்’ என்றது. ‘சினிமால வர்ற மாதிரியே சத்தம் போடுதே பாஸ். வலது காலை எடுத்து வெச்சு உள்ளே வாங்க. மலை மாளிகையில என்ன என்ன காணக் கிடைக்கிறதுன்னு பார்க்கலாம்.’

அவர்கள் தனிமையில் நடந்து செல்லும்போது காய்ந்த இலைகள் சறுக்கின. பள்ளத்தாக்கிலிருந்து காற்று சுழன்று மேலே அடிக்க, வஸந்த் தன் தலை முடியைப் பிடித்துக்கொண்டான்.

‘கலைஞ்ச தலைதானே! தலை வாரிக்கிட்டாதானே வம்பு’ என்றான் கணேஷ்.

இருவரும் அந்த வீட்டை அணுகுகையில், ஒரு பிளாஸ்டிக் டெண்ட் போல் போட்டிருந்தது. அதனுள் நூற்றுக்கணக்கான தாவரங்கள் சட்டிகளிலும் தொட்டிகளிலும் வளர்ந்திருந்தன. குறுக்கே ஒரு மான் ஓடியது. ஒரு சின்ன பெட்ரோல் இஞ்சின் இருந்தது. அதன் பக்கத்தில். ‘பாஸ், ஆமை!’

‘ஆமையா! சரியாப் பாரு!’

‘ஆமாம் பாஸ். ஆமை. முழு சைஸ் ஆமை. வசதியா ரெண்டு பேரும் உக்காந்துக்கலாம் போல முதுகு பாருங்க! பாஸ், இது

என்ன இடம்? சம்பந்தா சம்பந்தமில்லாத பொருட்கள், செடி, பெட்ரோல், ஜெனரேட்டர், மான், ஆமை... இந்த மலைப் பிரதேசத்தில் மண்டையைப் போட்டுடாதோ ஆமை!'

'மாருதி ஜிப்ஸி பாரு. அதே நம்பர்தானே?'

'ஆமாம் பாஸ், 7677 தான்! அந்தம்மா இந்த வட்டாரத்தில்தான் இருக்கணும். பாஸ். விஷயம் ரொம்ப ரொமாண்ட்டிக்காப் போவுது. அந்தப் பெண் மலை முகட்டில காத்தில கூந்தல் நுழைஞ்சு விளையாட... தொடு வானத்தைப் பார்த்துக்கிட்டு நிக்கறா. பக்கத்துல ஸூஸைட் நோட்டு. 'என் தற்கொலைக்கு யாருமே காரணமில்லை.' நான் கடைசி நிமிஷத்தில் கடைசி செகண்டில் போய்க் காப்பாத்தறேன்! 'என்ன காரியம் செய்ய இருந்தே, காஞ்சனா... இந்த வஸந்த் எதுக்காக உலகத்தில உயிர் வாழறான்!''

'ஷட் அப்!'

வீட்டின் அருகே மௌனம் இன்னும் அதிகமாக அப்பியிருந்தது. முழுவதும் பாறாங்கற்களால் முதல் மாடி வரை கட்டப்பட்டு, கூரை மட்டும் ஓடு வேய்ந்து காரை பூசியிருந்தது. வாசலில் இரண்டு செவ்வக வடிவக் கல் கம்பங்கள் போர்ட்டிகோ நீட்டலைத் தாங்கிக்கொண்டிருக்க, போகன்வில்லா கொடி தடிமனாகப் பரவியிருந்தது. தொட்டிகளில் பற்பல பூச்செடிகள் வைத்திருக்க, லேசாக உயர்ந்த வராந்தாவில் ஒரு கிளிக் கூண்டு தொங்கிக் கொண்டிருந்தது. அதனுள் கிளி இல்லை. தோட்டத்தில் ஆள் இல்லாமல் ஊஞ்சல் காற்றில் ஆடிக்கொண்டிருக்க, எம். செல்வரங்கம் எம்.ஏ., எம்.ஐ.எஸ்.எல். என்று பலகை எழுதியிருந்தது. கூடத்தைக் காட்டும் கதவு திறந்திருந்தது.

'காலிங் பெல் எதுவும் இல்லையா?'

'ஆளே நடமாட்டம் இல்லைபோல!'

'சார்... சாஆர்! ஹலோ! ஐயா! எதுக்கும் பதில் இல்லை. போகலாமா? பாஸ். அங்கே என்ன?'

கணேஷ் தோட்டத்தைப் பார்த்துக்கொண்டிருந்தான். ஊஞ்சலில் அந்தப் பெண் ஆடிக் கொண்டிருந்தாள். இவர்கள் இருவரும் வாசலில் நிற்பது அந்த இடத்தில் இருந்து தெரியும் என்றுதான் தோன்றியது. இருப்பினும் இவர்களை அவள் கவனித்ததாகத்

தெரியவில்லை. ஊஞ்சலின் இரண்டு கம்பிகளையும் பிடித்துக் கொண்டு காற்றில் கூந்தல் ஆட, ஆடிக்கொண்டு ஊஞ்சல் உயர்ந்தபோது சற்றே உடை உயர வெண்மையான கால்கள் தெரிந்தன.

இருவரும் அவள் அருகே சென்றனர். கணேஷ் 'குட் ஈவினிங்' என்றான். வஸந்த் 'ஹாய்' என்றான்.

அவள் காது கேட்காதவள்போல் ஊஞ்சலின் ஆட்டத்தை நிறுத்த வில்லை. 'ஹலோ! உங்களைத்தான்! மிஸ்டர் செல்வரங்கம் எங்கே இருக்கார்? அவருக்காகப் புத்தகம் கொண்டு வந்திருக் கோம்!'

சட்டென்று ஊஞ்சலிலிருந்து குதித்தாள். கணேஷின் அருகே வந்தாள். அந்தப் புத்தகத்தை ஏறக்குறைய பிடுங்கிக் கொண் டாள். மிக அருகே அவளிடம் துளசி வாசனை இருந்தது. அவள் அணிந்திருந்த பருத்தி உடை காற்றில் சரசரப்பது கேட்டது. புத்தகத்தின் தலைப்பைப் பார்த்தவள், உடனே அதை எடுத்துக் கொண்டு மெள்ள நடந்து தோட்ட விளிம்பில் இருந்து ஆர்ச் வளைவின் கீழ் அமைந்திருந்த சிமெண்ட் மேடையில் உட்கார்ந்து அந்தப் புத்தகத்தைப் படிக்க ஆரம்பித்தாள்.

ஒரு வார்த்தை பேசவில்லை. வஸந்த், கணேஷ் இருப்பதே பொருட்டிலலைபோல. 'செல்வரங்கத்தைப் பார்க்கணும்' என்றான் கணேஷ். அவள் வராந்தாவைப் பாத்தாள்.

'அவரைச் சந்திக்க முடிஞ்சா நல்லது!'

அவள் சட்டென்று எழுந்து தோட்டத்துக்குள் சென்றாள். அவர்கள் பார்வையிலிருந்து விலகிவிட்டாள். 'வஸந்த், எங்கே போறா பாரு!' என்றான் கணேஷ்.

இப்போது கணேஷ் தனியாக இருந்தான். என்ன செய்வது, என்ன சிந்திப்பது என்று தீர்மானிக்க முடியாத நிலையில் திரும்ப அந்த வீட்டை அணுகினான். செல்வரங்கத்தின் முன்னோர்களின் போட்டோக்கள் முட்டை வடிவ கட் அவுட்களாக வரிசையாக வராந்தாவில் மாட்டப்பட்டிருந்தன. சாய்வு நாற்காலிக்கு நூறு வயசு இருக்கும்போல் தோன்றியது. அதன் தலைப் பகுதி தேய்ந்திருந்தது. கால் வைத்துக்கொள்ளக் கைகள் இரண்டு இருந்தன.

'சார்! செல்வரங்கம்!'- கணேஷ் துணிந்து உள்ளே சென்றான். யாரும் இல்லை. மாடிப்படி தெரிய அந்த அறைக் கதவு திறந் திருந்ததும், அதனுள் வெளிச்சமும் மின் விசிறி ஓடுவதும் தெரிந்தது. அங்கேதான் இருக்க வேண்டும் அவர்.

மாடிப் படி ஏறினான். 'செல்வரங்கம், செல்வரங்கம். கணேஷ் வந்திருக்கேன்' என்று கூப்பிட்டுக்கொண்டே படியேறினான். அந்த அறைக்கு வந்து உள்ளே பார்த்தான்.

செல்வரங்கம் படுக்கையில் படுத்திருந்தார். இடுப்பு வரைதான் கிடக்கை. மற்ற பகுதி தலைகாணி வைத்து நிமிர்ந்திருந்தது. ஒரே திசையில் பார்த்துக்கொண்டிருந்தார். மார்புவரை போர்த்தி இருந்தது. மேல் இரண்டு கைகளும் கோத்து ஸ்திரமாகக் குத்திட்ட பார்வை. படுக்கை அருகே பாட்டில் பாட்டிலாக மருந்து மாயங்கள் வைக்கப்பட்டிருந்தன.

'செல்வரங்கம், செல்வரங்கம். கணேஷ் வந்திருக்கேன். லாயர் கணேஷ். உங்க எஸ்டேட் ட்யூட்டி கேஸ் ஒண்ணு எய்ட்டி ஸிக்ஸ்ல தீர்ப்பாச்சு.'

கணேஷ் பாதியில் நிறுத்திவிட்டான். 'சம்திங் ராங்!' என்று அவன் மனத்துள் ஓர் எச்சரிக்கை ஒலித்தது. மிக அருகே வந்து விட்டான். செல்வரங்கம் அவன் பேசியது எதையும் கேட்டவராகத் தோன்ற வில்லை. அந்தப் பார்வை விலகவே இல்லை. மேலும் அவர் மூக்கு வழியாக ஓர் எறும்பு உள்ளே நுழைந்துகொண்டிருக்க, வாயோரத்தில் பழுப்பாக ஒரு திரவம் கசிந்துகொண்டிருந்தது.

கணேஷ் தன் வாழ்நாளில் பல உடல்களைச் சந்தித்திருக்கிறான். உயிருள்ள, உயிரற்ற உடல்களைப் பார்த்து அதிர்ச்சி அடைய மாட்டான். ஆனால், இன்று ஒரு மாதிரி ஆட்டம் கண்டு விட்டான். செல்வரங்கத்தின் உடல் ஏறக்குறைய பாசிப் பச்சைக்கு வந்திருந்தது. மண்டையில் சொற்ப முடிகளே இருக்க, கறுப்பாகக் கோடு தெரிந்தது. கண்கள் பழுத்திருந்தன. கை விரல்கள் மிக மெலிசாக இருந்தன. கணேஷ் அந்தப் பெரிய அறையைச் சுற்றும் முற்றும் பார்த்தான். ஜன்னலருகே சென் றான். அந்த ஊஞ்சல் இன்னமும் காலியாக ஆடிக் கொண் டிருந்தது.

'வஸந்த், வஸந்த்!' என்று உரக்கக் கூப்பிட்டான்.

'வஸந்த், வஸந்த்!' என்று மறுபடி மேலும் உரத்த குரலில் கூப்பிட,

'என்ன பாஸ்' என்று எங்கிருந்தோ சன்னக் குரல் கேட்டது.

'உடனே வா! உடனே வா!'

வஸந்த் உள்ளே வந்தபோது அவன் மேலுதட்டில் வியர்த்திருந்தது. 'பாஸ், சார் யாரு?'

'செல்வரங்கம்!'

'ஏன் இப்படி டிவில ஃப்ரீஸ் ஷாட் மாதிரி படுத்திருக்கார்?'

'செத்துட்டார்னு நினைக்கிறேன்!'

'ஓ மை காட்!'

'அந்தப் பெண் எங்கே வஸந்த்?'

'அதை ஏன் கேக்கறீங்க... மாயமா மறைஞ்சுருச்சு... அவ போயிட்டா.'

'வஸந்த், டெலிபோன் வேலை செய்யுதா பாரு!'

'எதுக்கு?'

'முட்டாள், போலீஸைக் கூப்பிடு....'

வஸந்த் படுக்கையில் கிடந்த செல்வரங்கத்தைப் பார்த்தான். 'சார்! உங்களைச் சந்திக்கலாம்னு ஆசையில வந்தேன். அவசரப் பட்டுட்டிங்களே! பாஸ், போய் ஆறு நாள் ஆயிருக்கும் போல இருக்கு. மூக்கு வழியா எறும்புப் பட்டாளமே ஓடிக்கிட்டிருக்கு!'

'முட்டாள், மத்தியானம் உனக்கு போன் செய்தது யாரு?'

'ஆமாம்! செல்வரங்கம்தான்! அதுக்குள் இவ்வளவு செத்துப் போயிட்டாரா! ஒரு மாதிரி அனியற்கையா இல்லை?'

'எது எப்படியோ, போலீஸுக்குப் போன் பண்ணிடு. அவங்க வந்தப்புறம் நாம கிளம்பிப் போயிடலாம்!'

'அவ்வளவு சுலபம்னு நினைக்கலை.' வஸந்த் அருகில் சென்று செல்வரங்கத்தைச் சுற்றி வந்தான். 'அடி கிடி கத்திக் குத்து ஏதும்

வெளிப்படையாத் தெரியலை... ஊமை அடி போல இருக்கு! சொத்து நிறைய இருக்குமோ?' - சுற்றும் முற்றும் பார்த்தான்.

வஸந்த் டெலிபோனை அணுகி ஒல்லியாக இருந்த கொடைக் கானல் டெலிபோன் புத்தகத்தைத் தேர்ந்தெடுத்து, 'ஹலோ, போலீஸ்... எம் பேர் வஸந்த்... மெட்ராஸ்லேருந்து இப்பத்தான் வந்து சேர்ந்தோம். செல்வரங்கம்னு மலை மாளிகையில இருக் கார் பாருங்க.'

கணேஷ் ஜன்னலருகில் மறுபடி வந்தான். அங்கிருந்து பிளாஸ்டிக் போர்வை போட்டு மூடப்பட்ட அத்தனை செடிகளும் தெரிந்தன. அந்த ஆமை மெள்ள நகர்ந்து கொண்டிருந்தது. ஆமை எதற்கு?

திரும்ப உள்ளே பார்த்தான். காட்சியிலிருந்து அந்த உடலை நீக்கிப் பார்க்க விரும்பினாலும், ஓரத்தில் அந்தப் பச்சை உடல் உறுத்தியது. வஸந்த் டெலிபோனில், 'எங்களைக் கூப்பிட்டிருந் தார் சார். அநாவசியமா வெட்டி வம்பில மாட்டிக்கிட்டிருக் கோம். வேற யாரும் இல்லை. நகர மாட்டோம். சார், நாங்க லாயர்ஸ்... சார், எங்க பேர் கேள்விப்பட்டிருப்பீங்களே, கணேஷ் வஸந்த்.'

கணேஷ் அலமாரியில் சுவர் பூரா விரவியிருந்த புத்தகங்களை ஆராய்ந்தான்.

Fetal Islet Transplantation

Dopaminergic Stimulation

Neuroendocrinology of Mood

கணேஷ் அந்தப் புத்தகங்களின் இடையிலிருந்த ஒரு நோட்டுப் புத்தகத்தைப் பிரித்தான். கறுப்பு மசியில் தெளிவான எழுத்தில் எழுதியிருந்தது.

'வெற்றி எனும் சிகரத்தை அணுகிக்கொண்டிருக்கிறேன். இன்னும் சில நாட்கள்தான். அதன்பின் உலகம் என் கைக்குள்...'

'என்ன பாஸ்?' என்றான் வஸந்த் தோள் அருகில்.

'மாமா உலகமே என் கைக்குள்னு எழுதியிருக்கார்!'

‘மேடைமேல எத்தனை மருந்து பார்த்தீங்களா! தோட்டம் பூரா பச்சிலை. பிளாஸ்டிக்ல க்ரீன்ஹவுஸ் மாதிரி. அதில கோடிச் செடி கொடிகள்! வுட் ஹவுஸ்!’

‘ஆமை!’

‘ஆமாம்! ஆமை எதுக்கு!’

‘கொஞ்சம் ஒரு மாதிரி பட்சி போல. இவர் செல்வரங்கம் எம்.ஏ., எம்.ஐ.எஸ்.எல்! எம்.ஐ.எஸ்.எல்.னா என்ன?’

‘மெம்பர் ஆப் இண்டர்நேஷனல் சொஸைடி ஃபார் லாஞ்சி விட்டி!’

‘அதோ பாருங்க... சர்டிபிகேட்... சட்டம் போட்டு மாட்டி யிருக்கார். பாவம். போயிட்டார். பாஸ், பச்சையா டெட் பாடி இதுவரைக்கும் நான் பார்த்ததில்லை.’

வஸந்த், கணேஷ் இருவரும் அங்கே மேலும் இருக்கப் பிடிக் காமல், படி இறங்கி வாசலுக்கு வந்து காத்திருந்தார்கள். ‘அந்தப் பொண்ணு? அப்புறம் கிடைக்கலையா?’

‘ஒரே ஓட்டம். மான் கணக்கா ஓடி அடர்ந்த செடிகளுக்குள்ளே மறைஞ்சிருச்சு. கொஞ்ச தூரம் துரத்திப் பார்த்தேன். அப்புறம் தெரியாத்தனமா எங்கேயாவது காலை வெச்சு, பாம்பு கிம்பு புடுங்கிருச்சுன்னா... அதான் வந்துட்டேன்.’

போலீஸ் ஜீப் வந்து அவர்கள் அருகே நிற்க, ‘இன்ஸ்பெக்டர் கதிரேசன்?’

‘ஆமாங்க! நீங்கதான் வஸந்த், கணேஷ் இல்லையா... உங்க ரெண்டு பேரையும் பற்றி புத்தகங்கள்லே படிச்சிருக்கேன். என்ன விஷயம்?’

‘மாடில பெரியவர் மண்டையைப் போட்டுட்டார். தனியா பச்சையா கிடக்கிறார்.’

‘நீங்கள் வந்து எத்தனை நேரமாயிருக்கும்?’

‘அரை மணி.’

‘பார்த்த உடனே போன் பண்ணிட்டீங்களா! வாங்க. போகலாம். வேலைக்காரங்க யாரும் இல்லையா?’

'ஒரு ஈ இல்லை. ஒரே ஒரு பொண்ணு. அதுவும் மாயமாப் போயிருச்சு!'

'என்ன சொல்றீங்க வஸந்த்?'

இதற்குள் அவர்கள் மாடியேறி செல்வரங்கத்தின் அறைக்குள் வந்துவிட்டார்கள்.

'நான் வெளியே இருந்தேன். பாஸ் கணேஷ்தான் முதல்ல வந்தாரா... பாஸ், எங்கே பாடி?'

கணேஷ் 'என்னது!' என்றான் ஆச்சரியத்துடன்.

'பாடி! உடல்! காயம்! போயே போச்சு!'

'என்ன சார் சொல்றீங்க?' என்றார் இன்ஸ்பெக்டர் கதிரேசன்.

கணேஷ் ஆச்சரியத்துடன் படுக்கையைப் பார்த்தான். படுக்கை காலியாக இருந்தது. போர்வை கீழே கிடந்தது. 'வஸந்த்! என்ன ஆச்சரியம்!'

'அதானே! எப்படி டெட் பாடி எழுந்து நடந்து போயிருக்க முடியும்?' வஸந்த் கட்டிலுக்கு அடியில் எட்டிப் பார்க்க இன்ஸ் பெக்டர், 'மிஸ்டர் வஸந்த், யூ மீன், நீங்க இந்த ரூம்ல வர்றப்ப கட்டில் மேல உடலைப் பார்த்தீங்க?'

'ஆமாம் சார். நூத்தியெட்டு சாமி சத்தியமாச் சொல்றேன். நான் பார்த்தேன். இவர் பார்த்தார்...'

'செத்திருந்தாரா?'

'ஆமா! அதாவது... இல்லை, செத்துத்தான் இருந்தார்.'

'இப்பக் காணோம்!'

'காணோம்!'

கணேஷ் அறையைச் சுற்றிலும் பார்க்க பின்புறக் கதவு திறந் திருந்தது. 'கொஞ்சம் இருங்க!'

கணேஷ் அந்தக் கதவு மொட்டை மாடிக்கு அழைத்துச் செல் வதைக் கவனித்தான். இன்ஸ்பெக்டர் கதிரேசன் பின்தொடர அதை அணுகி சரேல் என்று திறந்தான்.

அந்தப் பெண் நின்றுகொண்டிருந்தாள். காற்று அவள் கூந்தலைக் கலைக்க, வானத்தைப் பார்த்துக்கொண்டு நின்றாள்.

'ஹலோ மிஸ்! இங்கே எப்படி வந்தீங்க?'

அவள் திரும்பிப் பார்த்தாள். அவர்கள் மூவரையும் மதிப்பில்லாமல் பார்த்தாள்.

'இந்தப் பொண்ணுதாங்க!' என்றான் வஸந்த்!

'எந்தப் பொண்ணு?'

'காலையில் கொடைக்கானல் வர்றப்பப் பார்த்தோமே. அப்புறம் சற்று முன்னால் ஊஞ்சல் ஆடிக்கிட்டிருந்தது. எங்களைப் பார்த்ததும் ஓடிப் போயிருச்சு!'

இன்ஸ்பெக்டர் கதிரேசன் அவள் அருகில் சென்று 'பேர் என்ன? சொல்லு' என்றார். அதற்கு அவள் எல்லோரையும் மலர விழித்துப் பார்த்தாள்.

'நான் சொல்றேன். காஞ்சனா! இன்ஸ்பெக்டர். இன்னிக்கு தினமணில ஒரு 'காணவில்லை' வந்திருக்குது, பார்த்தீங்களா?'

'இல்லை. அதில என்ன?'

'சாட்சாத் இந்தம்மாதான். இப்ப யாருக்கு ரிவார்டு? ஏம்மா, உனக்கு அக்கா தங்கைங்க இருக்காங்களா?'

'காஞ்சனா, நீ எப்படி இங்கே வந்தே?'

அவள் இன்ஸ்பெக்டரை மறுபடி மலர விழிக்க, தன் உதடுகளைக் காட்டி, 'இல்லை' என்று கையை விரித்தாள்.

'பேச்சு வராதாம். ஊமை போல இருக்கு.'

'போச்சுரா. அதான் செல்வரங்கம் ஈ.என்.டி. ஸ்பெஷலிஸ்ட் கேட்டாரா? இப்பப் புரியுது.'

'இப்ப என்ன சொல்றீங்க கணேஷ்? ரொம்ப போட்டுக் குழப்பறீங்க. டெட் பாடிங்கறீங்க. பாடியைக் காணோம். அப்புறம் ஈ.என்.டி. ஸ்பெஷலிஸ்ட். ஊமைப் பொண்ணு. என்ன இதெல்லாம்?'

'இன்ஸ்பெக்டர், சத்தியமா அந்த ஆளை அரை மணி முன்னால இதே படுக்கையில பச்சையா பார்த்தோம். நிச்சயம் செத்திருந் தாப்பலதான் தோணிச்சு. மூக்கு ஓட்டை வழியா ஈ எறும்பு எல்லாம் போய்க்கிட்டிருந்ததே!'

'சரியாப் பாத்தீங்களா, ஏதாவது யோகாசனம் பண்ணிக்கிட்டிருந் தாரா? என்னால் பாடி இல்லாம எதுவும் ஆக்ஷன் எடுக்க முடியாது.'

'ட்ரூ. ட்ரூ! எங்கே போயிருப்பார்? செல்வரங்கம் செல்வரங்கம்.'

'மிஸ்டர் கணேஷ். நீங்க அடுத்த முறை போன் பண்றப்ப பாடியைப் பிடிச்சு வெச்சிருங்க. நாங்க வர்றோம். ஏற்கெனவே செல்வி வராங்கன்னு ஏக கலாட்டா. லாரி லாரியா தொண்டர் களும் குண்டர்களும் வந்துக்கிட்டிருக்காங்க... மிஸ், நான் வரட்டுமா?'

இன்ஸ்பெக்டரைப் பார்த்து அந்தப் பெண் மோகமாகப் புன்ன கைத்து இவர்கள் இருப்பதைக் கவனிக்காமல் படுக்கையருகில் வந்து அங்கே கிடந்த போர்வையை எடுத்து மடித்து வைத்து விட்டு, வெளி வராந்தாவுக்குச் சென்றாள்.

கணேஷ் இன்னமும் நம்பிக்கையில்லாமல் படுக்கையையே வெறித்து நோக்கிக்கொண்டிருந்தான். 'வஸந்த், எனக்குத் தலை கால் புரியலை. இது எப்படிச் சாத்தியம்?'

'முழுசா பாடி பார்த்தோம். கேடலெப்ஸினு சொல்வாங்களே. அப்படி ஏதாவது?'

'அப்படி அவர் சமாதி நிலையில இருந்து எழுந்தா இங்கே எங்கேயோதானே இருக்கணும்?'

'ஆமா!'

'தேடு!'

வஸந்த் அந்த அறையில் தேடினான். கட்டிலுக்கு அடியில், வராந்தாவில், பீரோவுக்கும் சுவருக்கும் இடைவெளியில், 'இந்தப் பீரோல ஒளிச்சு கிளிச்சு வெச்சிருக்கலாமா?'

'வஸந்த், நாம் போலீஸ் வர்றதுக்காகக் காத்திருக்க, வெளியே வந்தோமில்லே, எத்தனை நிமிஷம் இருக்கும்?'

‘அரை மணி இருக்கும் பாஸ். அரை மணில ஒரு பாடியைப் படுக்கையிலிருந்து அப்புறப்படுத்தணும்னா பாடி அதிக தூரம் போயிருக்க முடியாது. இங்கே எங்கேயாவதுதான் இருக்கணும். அந்தப் பொண்ணை விசாரிக்கலாம்....’

‘பெண் எங்கே? முதல்ல அதைத் தேடு.’

‘வெளியே மொட்டை மாடியில நிக்குது!’

வஸந்தும் கணேஷும் வெளியே வந்தபோது மறுபடியும் அந்தப் பெண்ணைக் காணவில்லை. அங்கிருந்து மூன்றாவது மாடிப் பகுதிக்கு இரும்புப் படிகள் உயர்ந்தன. இடது பக்கம் பாரபெட் சுவரிலிருந்து கீழே இறங்குவதற்கு ஏணிப் படிகளும் இருந்தன.

‘எங்கே போயிருப்பா?’

‘மேலதான் போயிருக்கணும். இந்த வழியாப் போயிருந்தா நிச்சயம் ஹால்லேந்து தெரிஞ்சிருக்கும்.’

‘மேலே போகலாமா?’

‘போய்த்தான் ஆகணும்!’

வஸந்தும் கணேஷும் மாடிக்கு மேல் மாடியாக இருந்த பகுதிக்கு மெள்ளப் படியேறினார்கள். கறுப்பாக, காரை படர்ந்த கிறந்த பகுதியில் உயரமாக ஒரு எடுத்துக்காட்டி நின்றது. அதில் கதவு. அந்தக் கதவைத் தொட்டார்கள். திறந்து கொண்டு ‘மே’ என்று சத்தமிட்டது. உள்ளே லேசாக இருட்டாக இருக்க, எட்டிப் பார்த்தபோது கீழே படி இறங்குவது தெரிந்தது.

‘பாஸ். இறங்கற படி இப்ப!’

‘இறங்கு பார்த்துடலாம். இது எங்கே போகுது?’

‘ஏதாவது சுரங்க வாசலா, முடிவில் தங்கக் காசுகளா? குடம் குடமா!’

அவர்கள் ஜாக்கிரதையாக இறங்க, குறுகிய அறை தெரிந்தது. அதில் மேல் ஜன்னலிலிருந்து வெளிச்சம் புகையாகச் சரிந்து கொண்டிருந்தது. மறுபடி கதவு தெரிந்தது.

‘மறுபடி முதல் மாடிக்கு வந்துட்டோம். பாஸ் இந்தக் கதவைத் திறந்தா...’

'திற!'

திறந்ததும் அவர்கள் புறப்பட்ட ஹால் தெரிந்தது. நடுவே அந்தப் படுக்கை. அருகே மருந்து பாட்டில்கள்.

'பாஸ். அதே ஹாலுக்கு வந்தாச்சு!'

'வஸந்த். ஏதாவது புதுசா இருக்கா. கவனிச்சியா?'

'ஒண்ணுமில்லையே, எல்லாம் போட்டது போட்டபடிதானே... ஓ மை காட்!'

கட்டிலில் செல்வரங்கம் உட்கார்ந்து எதையோ சாவதானமாக மென்றுகொண்டிருந்தார்.

ஆம். செல்வரங்கம்தான். கிட்டே நெருங்கும்போது அவர் உடலின் நிறம் இப்போது சாதாரணமாக இருந்ததைக் கவனித் தனர். 'பாஸ்! உயிர் இருக்கு!'

அருகே அருகே அவர்கள் வருவதை அவர் கவனிக்காமல், மெல் வதை நிறுத்தாமல் மென்றுகொண்டிருந்தார். பெரிய மூக்கும், விளிம்பில்லாத கண்ணாடியுமாக.

'உக்கும்!' என்றான் கணேஷ்.

'உக்கும்!' என்றான் வஸந்த்.

அவர் திரும்பினார். குரல் கம்மலாக இருந்தது. 'அங்குஷ்டாப் யாமி படிச்சிருக்கியா?'

'சார்?'

'நீதானே கணேஷ்!'

'ஆமா சார்!'

'புத்தகம் பார்த்தேன். நல்லது.'

'கொஞ்ச நேரத்துக்கு முன்னால இங்கே வந்திருந்தோம். அப்ப நீங்க இதே படுக்கையில அப்படியே உறைஞ்சுபோன மாதிரி...'

'சமாதில இருந்தேன்.'

'உயிர் இருந்ததா?'

‘உயிர் இருக்கிறது, இல்லாதது ரெண்டுமே எங்களுக்கு ஒண்ணு தாம்பா. நினைச்ச மாத்திரத்தில உயிரத் துறக்க முடியும். துறந்து திரும்பப் பெற முடியும். விக்கிரமாதித்தன் கதை கேட்டிருக் கியா?’

‘கூடு விட்டுக் கூடு பாயறதா?’

‘இல்லை. உடல் மாறிடக் கூடாது... அதுக்குச் சொன்னேன்.’

‘நீங்க என்ன சொல்றீங்க. உங்களால ஒரு உடலைப் புறக்கணித்து, வேறொரு உடலுக்குள் நுழைய முடியும்னு சொல்றீங்களா?’

‘நுழைய முடியும்னு இல்லை. நுழைஞ்சிருக்கேன். இது என்ன என் உடலா? இது சட்டை. வெறும் சட்டை. அவ்வளவுதான். சட்டையைக் கழற்றிவிட்டு இதை விட்டு உருவிக்கிட்டு எங்க வேணாப் போக முடியும்.’

‘எங்கே போயிருந்தீங்க? திடுதிப்புனு உங்களைக் காணலியா? வெலவெலத்துப் போச்சு! எங்கே போயிட்டீங்க?’

‘அதான் சொன்னேனே... தோட்டத்திலே இருந்தேன்... உங்களைக்கூட பார்த்தேனே! அப்புறம் மொட்டை மாடியில பார்த்தேனே! உக்காருங்க!’

அவர் குரல், இப்போது ரெண்டு மூன்று முறை ‘உக்கும்’ சொன்னப்புறம் தெளிவாகி விட்டது. ‘புத்தகம் நல்லாருந்துச்சு. ஆனா, டாக்டரைத்தான் கூட்டி வரலை! என்ன கணேஷ்?’

கணேஷ் சற்று சந்தேகத்துடன், ‘டாக்டர் எதுக்குங்க?’

‘கோடைல ஈ.என்.டி. டாக்டருங்க சரியில்லை. அதனாலதான். எத்தனை காசானாலும் சரி. பரவாயில்லேன்னு சொன்னேனே!’

‘காசுக்கு இல்லைங்க. ப்ராக்டீஸை விட்டுட்டு மூணு நாளைக்கு வர்ற எந்த டாக்டரும் நல்ல டாக்டரா இருக்க முடியாது. நீங்க கேட்டிருந்தது நல்ல டாக்டர்.’

வஸந்த் சப்ஜெக்டை மாற்றி, ‘அங்கங்கே அப்பப்ப ஒரு பொண்ணு ஊடாடறாங்களே... அவங்க உங்களுக்கு என்ன ஆகணும்?’

‘கம் கம் க்!’ என்று சிரித்து ‘காஞ்சனாவா?’

‘ஆமாம். எதுக்கு முன்குறிப்பா சிரிச்சிங்க?’

‘காஞ்சனாவும் நான்தான்! நானும் காஞ்சனாதான்!’

‘என்னங்க... புனை பெயரா? விளக்கமாச் சொல்லுங்க.’

‘ஓட்டல் போய் யோசிச்சுப் பாருங்க! விளக்கமாச் சொல்ல வேளை வரலை. வர்றப்ப ஒரு பிரஸ் கான்ஃபரன்ஸே வெச்சாப் போவுது.’

வஸந்த் மூச்சுக்குள், ‘பாஸ். ஹி இஸ் ஸம் கைண்ட் ஆஃப் எ நட் கேஸ்!’ என்றான்.

‘வா வஸந்த், போகலாம்.’

திரும்பச் செல்லுகையில் அந்த மல்லிகைப் பந்தலைக் கடக்கும் போது கணேஷ் சற்று யோசனையில் இருந்தான். ‘பாஸ், அது எப்படி அந்த ஆளு கிடக்கும்போது உடல் ஒரு மாதிரியா பசலையா இருந்தது?’

‘எனக்கென்னவோ ஏதாவது மலையாள வைத்தியமாத் தோணுது. அவங்கதான் இப்படி உடல் பூரா ஏதாவது மண்ணை எடுத்துப் பூசிப்பாங்களாம். என்ன என்னவோ குழி குழின்னுக்கிட்டு...’

‘ஸாண்டே கா தேல் டில்லியில விப்பாங்களே! உடும்புத் தைலம் பாஸ், உங்ககிட்ட ஒரு ஜோக்கு.’

‘மெக்ஸிகோ சலவைக்காரியாடா? அதைப் போட்டுச் சொதப்பி யாச்சு!’

‘இல்லை. இது அமெரிக்க பல் டாக்டர். அதைவிட ஹாட்டு!’

அவர்கள் அந்தப் பூப்பந்தலைக் கடக்கும்போது ‘ப்ஸ் ப்ஸ்’ என்று சத்தம் கேட்க, திரும்பிப் பார்த்தால் புதர்களுக்கு மறைவில்...

‘காஞ்சனா என்ன செய்யறீங்க. இங்கே?’

காஞ்சனா அங்கிருந்த அபிநயம் செய்தாள். தூரத்திலிருந்த வீட்டைக் காண்பித்து தாடியைக் காட்டி, ‘அவர் இருக்கிறாரா?’ என்று கேட்டாள்.

‘நாங்க ஒண்ணும் சிங்கீதம் சீனிவாசராவ் இல்லை... பேசலாம்!’

தலையை ஆட்டிப் பேச மாட்டேன் என்றோ, பேச முடியாது என்றோ சொன்னாள்.

'ஆமா. உங்களைத் தினமணியில தேடிட்டிருக்காங்க. தெரியும்ல?'

'காஞ்சனா!' என்று அதட்டலாகக் குரல் கேட்டது. காஞ்சனா ஏதோ சொல்ல வந்தவள், நெஞ்சைப் பிடித்துக்கொண்டாள்.

'என்ன பாஸ்... டார்ஜான் சுந்தரி படமும், ஹிட்ச்காக் படமும், ஓமன் படமும் கலந்தமாதிரி? பாஸ் நாம கொடைக்கானலுக்கு எதுக்கு வந்தோம்? ஒரு பேரிஜாம் லேக், டேபிள் ராக், தொப்பி தூக்கினு பதினெட்டு சொல்றாங்களே. ஏதாவது வேண்டாமா?'

அவர்கள் மாளிகையை விட்டு வெளியே வந்து திரும்பிப் பார்த்த போது, தூரத்தில் பால்கனியிலிருந்து செல்வரங்கம் இவர்கள் விலகுவதைப் பார்த்துக்கொண்டிருப்பது தெரிந்தது.

'டாட்டா காட்றார்! அவருக்கு என்ன வயசு இருக்கும். நூற்று நாற்பதா?'

'என்ன வயசோ, நீ என்ன என்ன கவனிச்சே. அதைச் சொல்லு!'

'ஏதோ க்வாக்! இண்டியன் மெடிஸின்ல ஆராய்ச்சி பண்றாரு! ஆமா, ஆமை எதுக்கு?'

'வஸந்த், அவர் எதில ஆராய்ச்சி பண்றார் சொல்லு?'

'லாஞ்ஜிவிட்டி! அதாவது உயிர் வாழ்நாட்களை நீட்டிப்பது பற்றி...'

'எக்ஸாக்ட்லி... உனக்கும் மூளை இருக்குடா! அவர் வீட்டில இருந்த புத்தகங்கள், தலைப்புகள் எல்லாமே லாஞ்சிவிட்டி பற்றித்தான் இருக்கு.'

'இதில மூணு உதைக்கிறது. ஆமை, ஈ.என்.டி. சர்ஜன், பொண்ணு!'

'ஆமைகள் நூற்றுக்கணக்கான வருஷங்கள் வாழும்னு சொல்லு வாங்க.'

'யமுனை நதில சில ஆமைங்கள்லாம் கிருஷ்ண பரமாத்மாவேட பேசினதுன்னு ரீல் விடுவாங்க! நீங்களும் நம்பறீங்களா?'

'இல்லை. ஆனா, சில ஆமைகள் நானூறு ஆண்டுக் காலம் வாழக் கூடியதுன்னு படிச்சிருக்கேன்!'

'இந்த ஆமையை என்ன வயசுன்னு விசாரிச்சுடலாமா?'

இருவரும் சரிவான பாதையில் இறங்கி, ஆஸ்ட்ரோபிஸிக்ஸ் ஆராய்ச்சிக் கட்டடத்தின் மொட்டைத் தலை டெலஸ்கோப் கட்டடங்களைக் கடந்தார்கள். 'பாஸ். இங்கே என்ன பண்றாங்க?'

'சூரிய ஒளியில இருக்கற ஸ்பெக்டரம். புள்ளி... இப்படி ஆராய்ச்சி!'

'இந்த மாதிரி ஒரு இடத்துல வேலை கெடைச்சுட்டா போதும்... தினந்தோறும் சூரியனைப் பார்க்கறதுதான் ஜோலி! அடடா! சரி, ஈ.என்.டி.சர்ஜன் எதுக்கு பாஸ்?'

'அது ஒரு கேள்விக் குறி...'

'அந்தப் பொண்ணு?'

'விசாரிக்கலாம். முதல்ல போலீஸ்!'

கதிரேசன் மியூசியம் அருகில் டிராஃபிக் நின்று போனதால் அங்கே போயிருப்பதாகவும், அரை மணியில் வந்து விடுவார் என்றும் காவல் நிலையத்தில் சொன்னார்கள். எதிரே தோளில் சவுக்கம் போட்டு இரண்டு நாள் தாடியுடன் ஒருவர் தினமணி பத்திரிகையை டியூபாகச் சுற்றி கையில் வைத்துக்கொண்டு ஒரே திசையில் பார்த்துக்கொண்டிருந்தார்.

'சார், உங்க மகளைக் காணவில்லையா?'

அவர் திடுக்கிட்டு, 'எப்படித் தெரியும் உங்களுக்கு?'

'ரெண்டு நாள் தாடி! கையில் தினமணி! பேர் என்ன காஞ்சனா தானே?'

'ஆமா!'

'வெரிகுட்! உங்க மகளை நாங்க பார்த்தோம்!'

'அப்படியா! ஏதும் சேதமில்லைதானே? எப்படி இருக்கா?'

'அழகா!'

'நான் அதைச் சொல்லலை. உங்க பேரு?'

'கணேஷ்!'

'கணேஷ். கல்யாணத்துக்கு இஷ்டமில்லேன்னு எங்கிட்ட ஒரு வார்த்தை சொல்லியிருக்கலாமில்லே! இப்படி ஓடி வந்துடறதா?'

'அதானே! இந்தக் காலத்துப் பெண்களே அப்படித்தான் சார்... முணுக்குன்னா வீட்டை விட்டு ஓடிர்றாங்க! எல்லாத்துக்கும் பி.டி. உஷாதான் காரணம்!'

'வஸந்த், அறுக்காதரா, தாமோதரன் சார்!'

'அட! எப்படி சார். அறிமுகமில்லாம பேர் கண்டுபிடிச்சீங்க?'

'இட்சிணி வேலை. இவருக்கு சித்தர் ஒருவர் சொல்லிக் கொடுத்த ஒரு...'

'அதெல்லாம் இல்லை சார்! நீங்க தினமணியில கொடுத்த விளம் பரத்தைப் படிச்சதா ஞாபகம்! உங்க டாட்டர் வீட்டை விட்டு ஓடிட்டாங்களா?'

'ஆமாம்!'

'இங்கே இருக்கான்னு யார் சொன்னாங்க உங்களுக்கு?'

'அவ பெட்டியைக் குடைஞ்சதுல இந்த விளம்பரம் கிடைச்சுது. ஒரு வேளை இங்கே வந்திருப்பாளோன்னு...'

தாமோதர் அந்த விளம்பரத் துண்டைக் காட்டினார்.

Short term assitance for longevity research needed. Attractive salary. Contact: Selvarangam, Malai Maligai...

'மாலை மாளிகைங்கறது எங்கேயிருக்கு?'

'மாலை மாளிகை இல்லை சார்! உங்க பெண் மலை மாளிகைங் கற இடத்துல இருக்கா!'

'போய்ப் பார்க்கலாமா?'

'அதுக்கு முந்தி ஒரு சந்தேகம்! உங்க பெண் ஊமையா?'

'இல்லையே, ஏன்?'

'இதுவரை அவங்க பேசியே கேட்டதில்லை நாங்க. எல்லாம் சைகைதான்!'

'ரொம்ப நல்லாப் பேசுவா. நாலு தட்டு தட்டினா பேசுவா. பாருங்க சார்! ஷுகர் கோ-ஆபரேடிவ் மில்லு கிளார்க்கு பையன். எப்பவும் நெத்தில திருநீறு. தொள்ளாயிரம் ரூபா சம்பளம். வேறு என்ன வேணும்?'

'அவங்களைப் பார்த்தா திருநீறு, ஷுகர் மில்ஸ் எல்லாம் சரிப் பட்டு வராதுன்னு தோணுது!'

'இப்ப அங்கே போகலாமா?'

'முதல்ல போன் பண்ணிப் பார்க்கலாம்.' அதற்குள் கதிரேசன் வந்துவிட... 'இவர்தான் சார்!'

'என்ன?'

'பொண்ணுடைய அப்பா!'

'ஓ... அந்த ஊமைப் பெண்ணா?'

'ஊமை இல்லையாம். பாசாங்காம்!'

கதிரேசன் களைத்திருந்தார். 'ஒரு லாரி சாலையை அடைச்சுக் கிட்டு நின்னுபோய் எத்தனை குழப்பம்! கொடைக்கானல் இந்த டெம்போ லாரிகளாலேயே மூழ்கிப் போவுது. எல்லாத்தையும் ஏரில தள்ளிட்டு வீட்டுக்குப் போயிடலாம்னு ஆத்திரம் வருது.'

டெலிபோன் எடுத்துச் சுழற்றி கணேஷ், 'மிஸ்டர் செல்வரங்கம்?'

'ஆமா!'

'கணேஷ் ஹியர். கொஞ்சம் மிஸ் காஞ்சனாகூடப் பேசணும். அவங்க அப்பா வந்திருக்காங்க!'

'இங்க காஞ்சனானு யாரும் இல்லையே...' அந்தக் குரல் கட்டையாக இருந்தது.

'அந்தப் பெண்ணுடைய அப்பா வந்து...'

'எந்தப் பெண்?'

'உங்ககூட இருந்த பெண்!'

'அது டைப்பிஸ்ட். ட்யூட்டி முடிஞ்சதும் போயிடுவா!'

‘எங்கே?’

‘எனக்குத் தெரியாது. ஒரு மணி நேரம் டைப் அடிக்க நூறு ரூபா தர்றேன். கொடைக்கானல்லே எங்கேயாவதுதான் இருக்கணும். இனிமே ராத்திரியில என்னைத் தொந்தரவு செய்யாதீங்க கணேஷ். நாளைக்குப் பார்க்கலாம்!’

கணேஷ் போனைப் பார்த்து, ‘வெச்சுட்டார்!’ என்றான்.

‘காஞ்சனாவைப் பத்தி என்ன சொன்னார்?’

‘பார்ட் டயமா டைப் அடிக்கிறாளாம்! வஸந்த், இந்தாளு என்னவோ ரிஸர்ச் மண்ணாங்கட்டின்னு திரிசமமா ஏதோ பண்றாரு!’

‘காலைல விசாரிக்கலாம் கணேஷ்!’ என்றார் கதிரேசன்.

இருவரும் வெளியே வர தாமோதரன், ‘என் பெண்ணை எப்படித் தேடுவேன்?’

‘மற்றொரு விளம்பரம் கொடுங்க, காஞ்சனா, சர்க்கரை ஃபாக்டரி மாப்பிள்ளை கான்ஸல். திருநீறு கிடையாது’னு....’

‘சார் ஒண்ணு செய்யுங்க. நாளைக்குக் காலையில நீங்க ஓட்டல் பாரடைஸ் இல் வாங்க....’

‘சரி!’

அவர் கவலையுடன் செல்ல, வஸந்த் ‘பெண்ணைப் பெத்தவங்கன்னா எத்தனை உபத்திரவம் சார். உங்களுக்கு எத்தனை பொண்ணு?’

‘ரெண்டு பேர். மூத்தவளுக்குக் கல்யாணம் ஆகி, புகளூர் ஷுகர் ஃபாக்டரியில!’

‘சரிதான், இங்கேயும் சர்க்கரையா?’

அவர் சென்றதும் கணேஷ், ‘வஸந்த், ராத்திரியே விசாரிச்சுரலாமா இதை’ என்றான்.

‘எதை?’

‘மலை மாளிகைக்கு மறுபடி போகணும்.’

'ராத்திரியா?'

'ஆமாம்!'

'ஹெல் வித் தட் பாஸ். குளிச்சுட்டு சின்னதா ஒரு பிராந்தி அடிச் சுட்டு, டிவி பார்த்துக்கிட்டு...'

'அதெல்லாம் அப்புறம்! அந்தப் பெண் ஏதோ ஆபத்துல இருக்கானு பட்சி சொல்றது!'

'அதை ராத்திரியே விசாரிக்கணும்னு எந்தப் பட்சியும் சொல்லலியே!'

'யோசிச்சுப் பாரு வஸந்த். அந்தப் பெண் நீ உதவி செய்யறதுக்கு நன்றி சொல்லி, உன்னைக் காதலிக்க ஒரு சான்ஸ் உண்டுல்லே!'

'அதானே! வாங்க போகலாம்!'

இருவரும் அறைக்குச் சென்று ஒரு டார்ச் லைட் எடுத்துக் கொண்டு ஸ்வெட்டர் அணிந்துகொண்டு கிளம்ப, இருட்டில் கொடைக்கானல் மங்கியிருந்தது. பனிப் படலம் சூழ்ந்துகொள்ள சீக்கிரமே கடைகளை மூடிக்கொண்டு இருந்தார்கள். குளிர் பரவியிருந்தது.

'வஸந்த். உன் வாழ்க்கையில் எத்தனை பேரை இதுவரை காதலிச் சிருக்கே?'

வஸந்த் சற்று யோசித்து... முனக ஆரம்பித்தான். 'ப்ரியா, காயத்ரி... அப்புறம் அந்தச் சாமியார் கேஸ்ல வந்ததே மாயா... அப்புறம் வீணா... மொத்தம் இந்தக் காஞ்சனாவையும் சேர்த்து நாற்பது இருக்கும்!'

'காதல்னா உன் அகராதில என்ன அர்த்தம்?'

'அது வந்து, ஒரு மாதிரி சிலுத்துக்கும் பாஸ். மூக்கு நுனில சில்லுன்னும் காது நுனில வெப்பமாகவும் இருக்கும். அப்புறம் இருப்புக் கொள்ளாது. எதையாவது எதாலயாவது ஏதாவது பண்ணிக்கிட்டே இருக்கணும்போல... ஒரு... உங்களுக்குப் புரியாது பாஸ்!'

மலை மாளிகையை அவர்கள் அணுக உச்சியில் ஓர் ஒற்றைக் கண் போல பௌர்ணமிக்கு அப்பாற்பட்ட இருண்ட வானத்தின் பின்னணியில் மாளிகை அவர்களை முறைத்துப் பார்த்தது.

வஸந்த் கேட் கதவைத் திறந்தபோது 'துப்பறியும் கதைகள்லே கேட்டுக்கு எண்ணெய் போடக்கூடாதுனு ரூலா பாஸ்?'

மௌனம். ராக்கால விட்டில்கள் டார்ச்சை நோக்க வீசிப் பறந்தன. இருட்டை வருத்துவது போல் ஆந்தை அபஸ்வரமாகக் கிறுக்கல் குரலில் அவர்கள் மேல் பறந்து சென்றது. பனிப் படலம் ஏதோ காரியம் போல விரைந்து மலை மாளிகையைத் தழுவிச் சென்றது.

கணேஷும் வஸந்தும் அவசரமாக அந்த வீட்டை அணுகினார்கள். 'பாஸ். துப்பாக்கி கொண்டு வந்திருக்கலாம் இல்லே?'

'வேண்டாம் வா!'

போர்ட்டிகோவை அணுகி இருட்டில் கதவைத் தட்டலாம் என்று யோசித்தபோது.

'வாங்க!' என்ற குரல் கேட்டது.

திடுக்கிட்டார்கள்.

'கணேஷ்! வஸந்த்! வாங்க... உங்களை எதிர்பார்த்தேன்!'

சுற்றும் முற்றும் பார்த்தார்கள்.

'என்ன பார்க்கறீங்க? நேரா உள்ளே வாங்க... கதவு திறந்துதான் இருக்குது!'

'நீங்க எங்கே இருக்கீங்க?'

இருவரும் கீழ் ஹாலில் நுழைந்தனர். தனியாகவே இருப்பது போல் பட்டது. சற்று உன்னிப்பாகப் பார்த்ததில் செல்வரங்கம் அலமாரி அருகில் நிற்பது தெரிந்தது.

சந்தன வர்ணத்தில் ஜிப்பாவும், ரிம் இல்லாத கண்ணாடியும், பெரிய நெற்றியில் ஒற்றைப் பொட்டும், மிளகாய் மூக்கும்... அசப்பில் மந்திரி போலவும் தந்திரி போலவும் தோன்றினார்.

'இங்கே இருக்கீங்களா! அந்தப் பொண்ணு எங்கே?'

'கணேஷ். நான் ஆராய்ச்சி எதுல செய்யறேன் தெரியுமா?'

'ஏதோ லாஞ்சிவிட்டி! உயிர் வாழறதை நீடிக்கறதில...'

'இல்லை, கூடு விட்டுக் கூடு பாயறதில!'

'அதாவது?'

'உயிர் ஒரு உடலை விட்டு வெளியேறி மற்றொரு உடல்ல புகுந்துக்கறது! இது சாத்தியம்னு நீங்க நம்பறீங்களா?'

'இல்லை கட்டாயமா இல்லை. சாத்தியமே இல்லை!'

'சாத்தியம்னு காட்டினா? நிரூபிச்சுக் காட்டினா?'

'எப்படிங்க! இது இதுவரைக்கும் நாம நம்பிக்கிட்டிருந்த சயின்ஸ் வேதியியல், இயற்பியல், உயிரியல் எல்லாமே பொய்னு ஆயிறுமே... நோ!'

'பொய்னு சொல்லலை. அதுக்கும் மேல ஒரு இயல் இருக்குது....'

வஸந்த் அவர் அருகில் சென்று 'செல்வரங்கம் சார், நீங்க எப்படி இதை நிரூபிக்க முடியும். உங்க உடலைவிட்டு உயிர் பிரிஞ்சு இப்ப என் மேல வந்து ஒட்டியிருக்க முடியுமா?'

'காலையில நீங்க என் உடலைப் பார்த்தீங்கள்ல?'

'பார்த்தோம்!'

'எப்படி இருந்தது?'

'பசலையா! ஒரு மாதிரி பச்சிலை தடவினாப்பல!'

'அப்ப என் உடலை விட்டு வெளியே போயிருந்தேன்.'

'எங்க சார், பீச்சுல விக்கற பலூன் மாதிரியா உயிர்ங்கறது?'

கணேஷ் குறுக்கிட்டு, 'எங்கே போயிருந்தீங்க?'

'காஞ்சனாவின் உடலுக்கு!'

'என்னது!'

'ஆமாம் கணேஷ், வஸந்த்! இதை அவசரப்பட்டு உங்ககிட்ட சொல்ல வேணாம்னு பார்த்தேன்... இருந்தாலும், இந்த மகத்தான கண்டுபிடிப்பை இனிமே மறைச்சு வைக்க விருப்பமில்லை. உலகத்துக்குப் போய் நீங்க ரெண்டு பேரும் அறிவியுங்க கணேஷ்! உயிரையும் உடலையும் பிரிச்சுட்டேன்!'

‘என்ன சொல்றீங்க?’

‘புருடா!’

‘கணேஷ், நீங்க?’

‘உயிர்னு எதுவும் கிடையாது. கிளினிக்கல் டெத்ங்கறது...’

‘அதெல்லாம் நான் நிறையப் படிச்சாச்சு கணேஷ்... அதெல்லாம் வேண்டாம். நான் இப்ப செய்யப் போறதைப் பாருங்க! பார்த்துட்டுப் பேசுங்க!’

‘என்ன செய்யப் போறீங்க?’

‘காஞ்சனா!’

கணேஷுக்குச் சற்று உள்ளம் பதறியது. ‘பாஸ், எனக்கு என்னவோ கதை வசனம் போற போக்கு சரியில்லை!’

‘இரு!’

அடுத்த கதவைத் திறக்க அதிலிருந்து காஞ்சனா மெள்ள நடந்து வந்தாள்.

‘உக்காரும்மா!’ பொம்மைபோல் உட்கார்ந்தாள்.

‘மிஸ்டர் செல்வரங்கம்! நீங்க என்ன செய்தாலும், என்ன வித்தை காட்டினாலும் நான் கன்வின்ஸ் ஆகப் போறதில்லை. அதனால் இதெல்லாம் வீண்...’

‘கொஞ்சம் பொறுமையா இருக்கீங்களா?’

அந்தப் பெண் இவர்கள் இருவரையும் பார்த்துக் கொண்டிருக்க... ‘கணேஷ்! நான் இப்பப் படுத்துப்பேன். யோக நிஷ்டையில் இருந்துட்டு சமாதி நிலைக்குப் போயிருவேன். உன்னிப்பா கவனிச்சிங்கன்னா, என் உயிர் என் உடல்லேருந்து பிரிஞ்சு அவ உடல்லே போய்ச் சேர்றதைப் பார்க்கலாம். உலகத்திலேயே மிக மகத்தான ரகசியம். ‘உடல் மிகை உயிர்’னு பிரபந்தத்தில் சொல்லியிருக்கறாப்பல அதைப் பிரிச்சுட்டேன். அதுக்காக நான் படிச்ச புத்தகங்கள் எண்ணற்றவை. செய்த மூலிகை ஆராய்ச்சிகள், ஆமை ஆராய்ச்சி, ஜெரண்டாலஜியிலிருந்து ஜெனட்டிக்ஸ்வரை சைக்ளோ ஸ்போரின், ப்ளட்லெட்டி டிரான்ஸ்பார்ம் எத்தனை

எத்தனை! கடைசியில உயிர்ங்கறது ரொம்ப சிம்பிள். ரொம்ப எளிய அப்பியாசத்தின் மூலமா சட்டையைக் கழற்றி வெச்சுக் கிறாப்பல கழட்டிட வேண்டியது. அவ்வளவுதான். நம்முடைய உயிர் நாடினு ஒண்ணு இருக்கு. உள்ளுக்குள்ளே நடு மத்தியில் ஒரே ஒரு கியூபிக் செண்டிமீட்டர் காற்று வடிவத்துல இருக்கு. அதைப் பிடிச்சிட்டாப் போதும்...'

கணேஷ் குறுக்கிட்டு, 'நீங்க சொல்றது முழுக்க ஸூடோ சயின்ஸுனு சொல்லுவாங்க.'

'பாத்தப்புறம்... பாத்தப்புறம்!'

'என்ன காட்டப் போறீங்க? பேசிட்டே இருக்கீங்களே!'

அவர் மெள்ள நடந்து விளக்கை அணைத்தார். ஒரே ஒரு நீல விளக்கு மட்டும் எரிய, நடுவே காஞ்சனா வீற்றிருந்தது ஒரு விதத்தில் அமானுஷ்யமாகத்தான் இருந்தது. அவள் மூச்சு சிறிது சிறிதாகப் பறவையின் மூச்சு போல் அடிக்கடி விடுப்பது தெரிந்தது. செல்வரங்கம் ஓரத்தில் இருந்த படுக்கை மேல் உட்கார்ந்து ப்ராணாயாமம் போல ஏதோ செய்து வலது நாசியை ஆள்காட்டி விரலால் மூடிக்கொண்டு மூச்சை நிறுத்தினார். சற்று நேரத்தில் சரிந்தார்.

அந்தப் பாதி இருளில் வஸந்தும் கணேஷும் தெளிவாக அதைப் பார்த்தார்கள். நீல நிறத்தில ஒளிர்ந்த ஒரு காற்றுத் துணுக்கு செல்வரங்கத்திடமிருந்து புறப்பட்டு அந்தப் பெண்ணிடம் சென்றது.

இதுவரை சும்மா இருந்த அவள் பேசத் தொடங்கினாள்.

'கணேஷ், வஸந்த், இப்பவாவது புரியுதா. நான் சொன்னது சத்தியம்னு. நான்தான் செல்வரங்கம் பேசறேன். இந்தப் பெண்ணுடைய உடல்ல என் உயிர் புகுந்துக்கிட்டு சரியா மூணு அல்லது நாலு நிமிஷம் ஆவுது.'

'பாஸ்! என்ன சொல்றீங்க! குரல்கூட செல்வரங்கத்தின் குரல் போலவே இருக்குது பாருங்க!'

கணேஷ் இந்தப் பக்கம் அசையாமல் படுத்திருந்த செல்வரங்கத்தைப் பார்த்தான். எதிரே அந்தப் பெண் சந்தேகமின்றி செல்வரங்கத்தின் குரலில்தான் பேசினாள்! 'இது எப்படிச் சாத்தியம்னு

யோசிக்கறீங்க! இதை வித்தைம்பீங்க. கண்கட்டு வேலைம்பீங்க. உண்மையான விளக்கத்தைத் தவிர வேறே எல்லாம் சொல்வீங்க. உண்மையான விளக்கம் இதுதான். இவளுக்குள்ளே நான் புகுந்திருக்கேன். அவ்வளவுதான். ஒரு நிமிஷத்திலிருந்து மூணு நிமிஷம்தான் இதுவரைக்கும் சாத்தியமாகியிருக்கு... அதுக்கப் புறம் உடல் தாங்கறதில்லை.. இன்னும் சில பிரச்னைகள்லாம் இருக்கு... அப்புறம் சொல்றேன்...'

அவள் சட்டென்று நிறுத்த, மறுபடி அந்த நீலப் புகை. அதே நீலப் புகை என்றும் சொல்ல இயலவில்லை. காற்றில் எழுதிய கார்ட்டூன் சலனம்போல் அவளிடமிருந்து புறப்பட்டு செல்வ ரங்கத்திடம் செல்ல...

அவர் சட்டென்று உயிர் வந்தாற்போல் எழுந்தார். அப்போது விளக்குகள் மீண்டும் பிரகாசமடைந்திருந்ததை இருவரும் உணர, செல்வரங்கம் தன் சமாதி நிலையிலிருந்து மீண்டிருந்தார்.

'இப்ப என்ன சொல்றீங்க?'

வஸந்த் அந்தப் பெண்ணைப் பார்த்துக்கொண்டிருக்க...

'கொஞ்ச நேரத்துல எழுந்திடுவாங்க. பதட்டப்படாதீங்க! கணேஷ், நீங்க நம்பறீங்களா, இல்லையாங்கறது எனக்குப் பிரச்னை இல்லை. நீங்க நம்பித்தான் ஆகணும்; நம்பி இதை உலகத்துக்கு அறிவிக்கணுங்கற ஆசையும் இல்லை. என்னைப் பொருத்தவரையில் உயிர் இருக்குது. அது உடல்லேருந்து விலகி, மற்றொரு உடல்லே கலக்க முடியும். ஒரு உடல்ல இரண்டு உயிர் மூணு உயிர் இருக்கறதெல்லாம் சாத்தியம். சகஜம்... ஷிட்ஸோஃப்ரினியான்னு நீங்க சொல்றதெல்லாம் ஒரு உடல், இரண்டு உயிர்தான்...

இப்போது அந்தப் பெண் சட்டென்று அசைந்து நிமிர்ந்து நிற்க, 'காஞ்சனா, நீ போகலாம்மா!' என்றதும், இருவரும் இருப்பதைக் கூடக் கவனிக்காமல் அவர்களைக் கடந்து சென்றாள்.

'பேச மாட்டாங்களா?'

'பேசுவாங்க! அதிலதான் சிக்கல்... அதுக்குத்தான் டாக்டரைக் கூட்டி வரச் சொன்னேன் உங்களை. நான் எண்ணின மாதிரி என் ஆராய்ச்சி முற்றுப் பெறவில்லை. சில சிக்கல்கள்லாம் இருக்கு. தீர்ந்தபாடில்லை. நீங்க அவசரப்பட்டு ஏதும் செய்துடக் கூடாது.

இந்தப் பெண்ணை இன்னும் ஒரு நாள், இரண்டு நாள்ல ரிலீஸ் பண்ணிடறேன். நான் நிரூபிக்க வேண்டியது எல்லாம் நிரூபிச் சாச்சு... ஏறக்குறைய... ஏறக்குறைய...'

'இன்னும் என்ன பாக்கி இருக்குது?' என்றான் வஸந்த்.

'சொன்னேனே. குரல் மட்டும்! குரல் மட்டும்! நீங்கள்லாம் நம்பணும்னு அவசியமே இல்லை. உலகம், நான் எப்பேர்ப் பட்ட ஜீனியஸ்னு தெரிஞ்சிக்கிட்ட பிறபாடு நீங்க 'செல்வரங்கத் தைப் பார்த்தோம். பேசினோம்'னு சொல்லிக்கங்க. பெருமைப் பட்டுக்கங்க! குட் நைட்! போயிட்டு வரீங்களா?'

'வர்றோம். அந்தப் பெண்ணை எங்ககூட அனுப்பி வெச்சா!'

'இன்னும் ஒரு நாள் அல்லது ரெண்டு நாள் கணேஷ்!'

மெதுவாக எழுந்த நடந்து, அருகே அறையின் மெல்லிய திரையை விலக்கினார். 'பாருங்க. எவ்வளவு நிம்மதியாத் தூங்கறா பாருங்க! அவளை எழுப்பி அழைச்சுக்கிட்டுப் போகணுமா? பூந்தளிர் மாதிரி தூங்கறா!'

திரும்ப ஓட்டல் அறைக்கு வந்ததும், 'பாஸ், நிசமாச் சொல் லுங்க. அந்த ஆள் உயிர் பிரிஞ்சு அவ மேல போய்ச் சேர்ந்துச்சா?'

'இல்லை வஸந்த்!'

'அப்ப நான் பார்த்தேனே... அவர் மாதிரி அவர்கிட்டேருந்து பிரிஞ்சு அவமேலே படிய அதுக்கப்புறம் அந்தப் பெண் அவர் குரல்லேயே பேச... அதுக்கப்புறம் மறுபடி ஆவி பிரிஞ்சு...'

'வஸந்த்! இந்த மாதிரி ஆவி பிரியற பிஸினஸ் எல்லாம் நம்பணும்னா நாம சில ஆதாரமான விஞ்ஞான உண்மைகளை மறுக்கணும். நூற்றுக்கணக்கான, ஆயிரக்கணக்கான வருஷங்கள் சிந்திச்சு ஆராய்ச்சி செஞ்சு கண்டுபிடிக்கப்பட்ட விஷயங்களை அடியோடு மறுக்கணும்...'

வஸந்த், 'புரியுது. ஆனா?'

'நீ இப்ப சர்க்கார் மேஜிக் பார்க்கறே... ஒரு பெண்ணைத் துணி போட்டு மூடி அப்படியே அலாக்கா அந்தரத்தில படுக்க வெக்கறார். இதனால புவி ஈர்ப்பு, கிராவிடேஷன் இல்லேனு நீ சொல்ல முடியுமா... நீ சர்க்காரை நம்புவியா, ஐன்ஸ்டைனை

நம்புவியா? அது மாதிரிதான் செல்வரங்கம் வேலையும். அவர் ஏதோ பிடிவாதமா நம்பறார், உயிர்னு தனியா இருக்குனு. அது உடல்லேருந்து பிரிக்க முடியும்னு...'

'நம்ம வேத சாஸ்திரப் புராணங்களும் அதைத்தான் சொல்லுது.'

'இருக்கலாம், விஞ்ஞானம் அதைச் சொல்லவே இல்லை! எனக்குப் பின்னதன்மேல நம்பிக்கை அதிகம்!'

'அப்ப உயிரைப் பார்த்தோமே பாஸ். நீலமா புகை மாதிரி!'

'எல்லாமே விஞ்ஞானத்தின் மூலம் சாத்தியம். ஏதாவது கெமிக்கல் எஃபெக்ட் ஃப்ளூரஸன்ஸ்னு இருந்தே ஆகணும்!'

'அந்தப் பொண்ணு தடிமனான செல்வரங்கம் குரல்லே பேசினது?'

'வென்ட்ரிலாகிஸம்தான். வேற ஏதும் இருக்க முடியாது.'

'இதெல்லாம் செல்வரங்கம் எதுக்காக நமக்குக் காட்டணும்?'

'அவர் பிடிவாதமா நம்பறதை நம்மையும் நம்ப வைக்கறதுக்கு... இப்ப சில சாமியாருங்க விபூதி, குங்குமம் கொட்டற தில்லையா... அது போலத்தான். சரி. தூங்கு! காலையில கதிரேசன்கிட்ட கேஸை ஒப்படைச்சுட்டு கொடைக்கானலைச் சுற்றிப் பார்க்கலாம். வந்த வேலை அதுதானே?'

'இந்தக் கேஸ்?'

'அந்தப் பெண்ணை அவங்க அப்பாகிட்ட சேர்ப்பிக்க வேண்டிய பொறுப்பு போலீஸோடது!'

'அந்தப் பெண் எப்படி அப்டியே சிலை மாதிரி உக்கார்ந்துக் கிட்டுப் பேசியது?'

'ஹிப்னாடிஸம்!'

'அப்ப எதுவுமே சாத்தியமில்லேங்கறீங்க!'

'ஏதும் விஞ்ஞானப்படி சாத்தியம்!'

காலை எழுந்து குளித்துவிட்டு கணேஷும் வஸந்தும் இன்ஸ் பெக்டர் கதிரேசனைப் பார்க்க காவல் நிலையம் சென்றபோது

வாசலில் அந்த மாருதி ஜிப்ஸி நின்று கொண்டிருந்தது. அதன் முன் சீட்டில் செல்வரங்கம் உட்கார்ந்திருந்தார். 'வாங்க கணேஷ்! வாங்க வஸந்த்! நேத்திக்கு நீங்க வந்ததும் நல்லதாப் போச்சு. என் பரிசோதனைகள் எல்லாம் ஏறக்குறைய முடிஞ்சு போயிட்டதால காஞ்சனாவை ஒப்படைக்கத் தீர்மானிச்சுட்டேன். பார்த்தீங்க இல்லை? எப்படி உயிர் பிரியறதை நிரூபிச்சுக் காட்டினேன். பார்த்தீங்களா?'

'பார்த்தேங்க.'

'நீங்க அதிலிருந்து என்ன முடிவுக்கு வர்றீங்கங்கறதுல எனக்கு அக்கறை இல்லை... என் முடிவு தீர்மானமானது!'

'காஞ்சனா எங்கே?'

'உள்ளே இருக்கா! ஒப்படைச்சாச்சு!'

செல்வரங்கம் ஜிப்ஸியைக் கிளப்பி, 'அப்புறம் சந்திக்கலாம். ஞாபகம் வெச்சுக்கங்க கணேஷ்... விஞ்ஞானத்தில் எல்லாப் பதிலும் இல்லேனு விஞ்ஞானிகளே ஒப்புக்கிட்டிருக்காங்க!'

'எனக்கு வேண்டிய பதில்கள் எல்லாம் இருக்குதுங்க!'

'அப்படித்தான் நினைச்சுக்கிட்டிருப்பீங்க. உங்களுக்குச் சில அதிர்ச்சிகள் பாக்கி இருக்குது.'

ஜிப்ஸி புறப்பட்டுச் சென்றது.

கணேஷும் வஸந்தும் உள்ளே நுழைந்தபோது காஞ்சனா தலை குனிந்து பெஞ்சில் உட்கார்ந்திருக்க, எதிரே அவள் தந்தை விரலால் அதட்டிக்கொண்டிருந்தார். கதிரேசன் அருகில் நின்று கொண்டிருந்தார்.

'பையன் பிடிக்கலேன்னா நேரா எங்கிட்ட சொல்லியிருக்கலாம் இல்லை? நான் என்ன, உன்னைக் கட்டாயப்படுத்தினேனா? அதுக்கு வீட்டை விட்டு ஓடணுமா, சந்தி சிரிக்கணுமா?'

அவள் மௌனமாக இருந்தாள்.

'சொல்லு காஞ்சனா, பேசு!'

மௌனம்.

'சொல்லுன்னா!' என்று அதட்டினார் கதிரேசன்.

'அவங்களைக் கொஞ்ச நேரம் தொந்தரவு செய்யாதீங்க! உங்களுக்கு வேறு யார் மேலேயாவது இஷ்டமா காஞ்சனா. சொல்லும்மா?' என்றார் கதிரேசன்.

அவள் நிமிர்ந்து தலையசைத்தாள்.

'பாஸ், பார்த்தீங்களா. அப்பவே என்னைப் பார்த்த பார்வையே சொல்லிச்சு காதல்னு.'

'இரு!'

'யாரும்மா, சொல்லு!'

அவள் ஒரு காகிதத்தில் எழுதினாள்.

அதை எடுத்து கதிரேசன் பார்த்து, 'ரமேஷ்னு இவங்களுக்கு கிளாஸ்மேட் யாராவது உண்டுங்களா?'

'பாவி, அந்தத் தாடிக்காரனையா! எதிர்த்த வீட்டுத் தத்தாரிங்க!'

'போச்சுறா! இந்த எதுத்த வீட்டுத் தத்தாரிங்க இருக்கறவரை...'

கணேஷ் புன்னகையுடன், 'வா வஸந்த்! உனக்கு சான்ஸே இல்லை' என்றான்.

இருவரும் வெளியே வர, 'பாஸ் காஞ்சனா செல்வரங்கத்தின் விளம்பரத்தைப் பார்த்து அப்ளை பண்ணி வீட்டில சொல்லாம ஓடி வந்திருக்கா. அது சரிதான். ஆனால், இந்த கேஸ்ல ஒண்ணே ஒண்ணு உதைக்குது. ஈ.என்.டி. ஸ்பெஷலிஸ்ட் டாக்டர் எதுக்கு?'

'தெரியலை!'

தாமோதரனும் காஞ்சனாவும் வெளியே வந்தார்கள். 'கதிரேசன் சார், ரொம்ப நன்றி. அப்போ வரட்டுங்களா! அடுத்த பாண்டியன் பஸ்ஸைப் பிடிச்சுட்டு மதுரை போயிருவோம். வா காஞ்சனா!'

'காஞ்சனா! அப்பா சொல்றதைக் கேளும்மா! உனக்கு நல்லதுதான் செய்வார்!'

காஞ்சனா தலையசைத்து கணேஷையும் வஸந்தையும் ஒரு முறை பார்த்தாள். அவள் பார்வையில் லேசான கேலி இருந்தது

போல் தோன்றியது கணேஷுக்கு! மாருதி ஜிப்ஸியில் சாலையில் வழி மறித்துப் பார்த்த அதே பார்வை.

'ஒண்ணு கவனிச்சீங்களா பாஸ்!'

'இதுவரைக்கும் இந்தப் பெண் பேசவே இல்லை!'

'ஆமா, ஊமையும் இல்லை!'

'இப்பப் பேசறா பாரு... அப்பாகூட!'

காஞ்சனா தன் தந்தையைத் தடுத்து நிறுத்தி, 'அப்பா! அப்பா! என்னை இனிமே கலியாணத்துக்குக் கட்டாயப்படுத்த மாட்டேன்னு வாக்குக் கொடுத்தாத்தான் உங்ககூட வருவேன்!'

'சரி... ஆமா. உன் குரல் என்ன ஆச்சு?'

'பாஸ், ஒண்ணு கவனிச்சீங்களா!'

'ஆமாடா!'

காஞ்சனாவின் பேச்சு செல்வரங்கத்தின் குரலில் இருந்தது.